태국어 표준 교재 A1 워크북

본 교재는 2018년 정부(교육부 국립국제교육원) '특수외국어 교육 진흥 사업'의 지원을 받아 수행된 결과입니다.

WORKBOOK
워크북

ตำรา ภาษาไทย ฉบับมาตรฐาน

태국어 표준 교재

한국외국어대학교 태국어과

A1

HU:iNE

서문

คำนำ

หนังสือแบบฝึกหัดภาษาไทยระดับเบื้องต้น (ระดับ A1) เล่มนี้จัดทำขึ้นตามโครงการส่งเสริมการเรียนการสอนภาษายุทธศาสตร์ ของกระทรวงศึกษาธิการ สาธารณรัฐเกาหลี โดยได้จัดทำให้สอดคล้องกับตำรามาตรฐานภาษาไทยระดับเบื้องต้น เพื่อใช้สอนและฝึกทักษะการใช้ภาษาไทยระดับเบื้องต้นให้แก่ผู้เรียนชาวเกาหลี เนื้อหาประกอบด้วยคำศัพท์พื้นฐาน บทสนทนาเบื้องต้นในสถานการณ์ต่าง ๆ แบบฝึกหัดท้ายบท และเฉลยแบบฝึกหัด โดยใช้ทั้งภาษาไทยและภาษาเกาหลีเพื่อที่จะช่วยให้ผู้เรียนในระดับเบื้องต้นได้มีโอกาสเรียนรู้ ทบทวน และฝึกฝนทักษะการใช้ภาษาไทยด้วยตนเอง นอกจากนี้ยังรวบรวมคำศัพท์ที่ปรากฏในบทต่าง ๆ ไว้ท้ายเล่มโดยเรียงตามลำดับอักษรเพื่อให้ค้นหาคำศัพท์ได้ง่ายขึ้นด้วย

คณะผู้เขียนขอขอบคุณภาควิชาภาษาไทย มหาวิทยาลัยฮันกุ๊กภาษาและกิจการต่างประเทศ สาธารณรัฐเกาหลี เป็นอย่างสูงที่ให้โอกาสอันสำคัญ และมีค่ายิ่งในการจัดทำหนังสือแบบฝึกหัดเล่มนี้ และขอขอบคุณศูนย์ส่งเสริมการเรียนการสอนภาษายุทธศาสตร์ มหาวิทยาลัยฮันกุ๊กภาษาและกิจการต่างประเทศ ที่ให้ทุนสนับสนุนการจัดพิมพ์ หวังว่าหนังสือแบบฝึกหัดเล่มนี้จะมีประโยชน์ต่อชาวเกาหลีผู้สนใจเรียนภาษาไทย และเป็นอีกช่องทางหนึ่งที่ช่วยเผยแพร่ภาษาและวัฒนธรรมไทยในบริบทสากล

สมชาย สำเนียงงาม

เกวลิน ศรีม่วง

นริศรา ไตรบุตร

คำนำ

서문

『태국어 표준 교재 A1 워크북』은 교육부 특수외국어교육진흥사업의 일환으로 개발되었습니다. 본 워크북은 한국인 학습자들에게 기초 단계의 태국어 사용을 교육하고 연습할 수 있도록 하기 위한 목적으로, 전체적인 단원별 내용과 수준은 『태국어 표준 교재 A1』과 부합하도록 구성하였습니다. 본문은 기초 어휘, 다양한 상황의 대화문, 연습 문제와 해답 등으로 구성되어 있으며, 기초 단계의 학습자들이 스스로 학습하고 복습하며 자기 주도적으로 반복 연습할 수 있도록 태국어와 한국어를 병기하였습니다. 그 밖에도 각 단원에서 사용된 어휘를 따로 모아 학습자들이 색인으로 찾아보기 쉽도록 알파벳 순서대로 정리해 부록으로 함께 수록하였습니다.

본 워크북을 개발할 수 있도록 뜻깊고 소중한 기회를 제공해 주신 한국외국어대학교 태국어과에 감사드립니다. 또한 개발비와 출판비를 지원해 주신 한국외국어대학교 특수외국어교육진흥원에 감사드립니다. 본 교재가 태국어에 관심을 갖고 학습하는 한국인들에게 유익하게 사용될 수 있기를 바라며, 동시에 태국어와 태국문화를 세계적으로 전파하는 하나의 통로가 될 수 있기를 기대합니다.

저자

Somchai Sumniengngam

Kewalin Simuang

Narisara Traiboot

สารบัญ

차례

단원별 문법 목록

단원	대화문	문법 요소	내용 / 예시
1과	A	인칭대명사	ผม ดิฉัน คุณ เขา เธอ
		지정사	เป็น
		의문조사	หรือ
		대답하기	ใช่ / ไม่ใช่
	B	'~는요' 구문	แล้ว... ล่ะ
		'~도'의 표현	ก็
		어조사	ค่ะ / ครับ
2과	A	체언술어문	주어 +명사
		지정사 구문	주어 + คือ +명사
		지시대명사	นี่ นั่น โน่น
		의문사	อะไร ใคร ที่ไหน เมื่อไร ฯลฯ
		소유격 전치사	ของ
	B	소유 표현 동사	มี
		의문조사	ไหม
		부정소	ไม่
3과	A	지시형용사	นี้ นั้น โน้น
		의문조사	ใช่ไหม
		전치사 '~와/과'	กับ
		친족어	พ่อ แม่ พี่ น้อง ลูก ฯลฯ
	B	동작동사 구문	주어+자동사 / 주어+타동사+목적어
		Y/N Question과 대답하기	ไหม / หรือ - คำตอบ
		의문형용사	อะไร ไหน

단원	대화문	문법 요소	내용 / 예시
4과	A	존재 표현 동사	อยู่
		장소 전치사	ที่
	B	장소 전치사(2)	ที่ 이외의 전치사 (บน ล่าง หน้า หลัง ใน นอก ฯลฯ)
		진행상 조동사	กำลัง + 상태동사
5과	A	상태동사 구문	주어+상태동사: 서술어 / 명사+상태동사: 수식어
		희망 표현	อยาก
		미래 시상 조동사	จะ
		인과 관계 접속사	เลย
		조건의 접속사	งั้น
		'~한 후에'의 표현	หลัง + 동사
	B	선행동사	ไป/มา + 동사구
		'~할 만하다, ~스럽다' 표현	น่า + 동사
		청유형 표현	กันไหม / ด้วยกันไหม
		접속사	แล้ว
		부사 เลย	긍정문(อร่อยมากเลย) / 부정문(ไม่อร่อยเลย)
6과	A	진행 표현	กำลัง 동작동사/상태동사 อยู่ / ~ อยู่
		인과 접속사	เพราะ(ว่า)
		전성명사	การ + 동사 / ความ +동사
	B	동사의 수식 : 부사	[동사+부사] 구문
		역접 접속사	แต่
		'모든 ~'의 표현	ทุก + 분류사

<table>
<tr><th>단원</th><th>대화문</th><th>문법 요소</th><th>내용 / 예시</th></tr>
<tr><td rowspan="6">7과</td><td rowspan="3">A</td><td>ขอ 요청 구문</td><td>ขอ + 명사구(นามวลี) / 동사구(กริยาวลี)</td></tr>
<tr><td>수사</td><td>기수사(หนึ่ง สอง สาม) / 서수사(ที่หนึ่ง ที่สอง ที่สาม)
수사의 활용</td></tr>
<tr><td>분류사</td><td>대표적인 분류사
명사구의 어순 : 명사+수사+분류사 / 명사+분류사+(지시)형용사</td></tr>
<tr><td rowspan="3">B</td><td>분류사 추가</td><td></td></tr>
<tr><td>가능 표현</td><td>~ ได้ / ไม่ได้</td></tr>
<tr><td>'~하기로 하다'의 표현</td><td>(ก็)แล้วกัน</td></tr>
<tr><td rowspan="4">8과</td><td rowspan="2">A</td><td>의문사 กี่</td><td>กี่โมง กี่คน กี่วัน</td></tr>
<tr><td>시간 표현</td><td>시간대별 사용되는 어휘들
시 분 초, 한 시 반 등등
시간 묻고 답하기
시간의 분류사</td></tr>
<tr><td rowspan="2">B</td><td>'~부터…까지' 구문</td><td>ตั้งแต่~(จน)ถึง...</td></tr>
<tr><td>요일 표현</td><td>요일별 이름, 요일 묻고 답하기</td></tr>
<tr><td rowspan="5">9과</td><td rowspan="3">A</td><td>선호의 표현</td><td>ชอบ (ชอบ+명사구 / ชอบ+동사구)</td></tr>
<tr><td>빈도의 표현</td><td>บ่อย ๆ</td></tr>
<tr><td>부정의 표현</td><td>ไม่ค่อย...</td></tr>
<tr><td rowspan="2">B</td><td>월 이름, 날짜 말하기</td><td>มกราคม กุมภาพันธ์... / วันนี้ วันที่เท่าไร วันนี้วันที่ ...</td></tr>
<tr><td>다양한 시간 표현</td><td>วันนี้ พรุ่งนี้ เดือนนี้ เดือนหน้า ปีที่แล้ว...</td></tr>
</table>

단원	대화문	문법 요소	내용 / 예시
10과	A	비교급 표현	กว่า ...
		권유 표현	(กัน)เถอะ
		의문조사 หรือ / เหรอ	เหรอคะ/ครับ
	B	최상급 표현	ที่สุด
		음식 관련 분류사 (추가)	จาน ชาม แก้ว ถ้วย ขวด ไม้ ชิ้น ...
		접속사	แล้วก็
		맛 표현 관련 어휘	เค็ม เผ็ด หวาน เปรี้ยว ขม จืด ฝาด มัน ...
11과	A	경험의 표현	เคย / ไม่เคย
		완료상 조동사 ได้	ได้ +동사구
		관계대명사	ที่
	B	다양한 동사로 시상 표현	เพิ่ง / เสร็จ / จบ / เริ่ม 등등
		보조동사 ให้	ซื้อมาให้
		대동사 เอา	เอาไหม / ไม่เอา
		의문조사 หรือยัง	หรือยัง / (ตอบ) ยัง / ~แล้ว
		예사말 표현	จ้ะ / จ๊ะ
12과	A	의무의 표현	ต้อง ควร / ไม่ต้อง ไม่ควร
		추측의 표현	จะ น่าจะ คงจะ อาจจะ
		신체어휘	ตา จมูก หู มือ เท้า หน้า หลัง..
		고통을 나타내는 표현	ปวด เจ็บ ป่วย แสบ เมื่อย 등등
	B	연속동사 구문	พาเพื่อนไปหาหมอ ฯลฯ
		가능 표현 보조동사	ไหว / เป็น (+ได้ 와의 비교 대조)
		시간적 전후 표현	ก่อน / หลัง...

บทที่ 1

สวัสดีครับ ผมเป็นคนไทย

안녕하세요, 저는 태국 사람입니다.

어휘

สวัสดี	안녕하세요.	จาก	~로부터
ชื่อ	이름	(ที่)ไหน	어디
ชื่อเล่น	닉네임	เป็น	이다
คุณ	당신	คน	사람
ผม	저(1인칭, 남성용)	ประเทศ	국가
ดิฉัน	저(1인칭, 여성용)	ประเทศไทย	태국
ยินดีที่ได้รู้จัก	만나서 반갑다.	ประเทศเกาหลี	한국
ใช่	맞다	อาจารย์	교수님
หรือ	의문조사	นักศึกษา	대학생
อะไร	무엇(의문사)	สบายดี	잘 지내다
รักษา	지키다	ขอบคุณ	감사하다
สุขภาพ	건강	ไม่เจอกันนาน	오랜만이다
มา	오다	แล้วพบกันใหม่	그럼 또 만나다

대화문 A

พาที สวัสดีครับ ผมชื่อพาที ชื่อเล่นชื่อต่อครับ

안녕하세요. 제 이름은 파티입니다. 닉네임은 떠입니다.

คุณชื่ออะไรครับ

당신의 이름은 무엇입니까?

มินจู สวัสดีค่ะ ดิฉันชื่อคิม มินจูค่ะ ยินดีที่ได้รู้จักค่ะ

안녕하세요. 제 이름은 김민주입니다. 만나서 반갑습니다.

พาที ยินดีที่ได้รู้จักเช่นกันครับ

저도 만나서 반갑습니다.

มินจู คุณเป็นคนไทยหรือคะ

당신은 태국 사람이지요?

พาที ใช่ครับ ผมเป็นคนไทยครับ

네, 저는 태국 사람입니다.

คุณมินจูมาจากไหนครับ

민주 씨는 어디에서 오셨습니까?

มินจู ดิฉันมาจากประเทศเกาหลีค่ะ

저는 한국에서 왔습니다.

문법설명 A

1. 인칭대명사

ผม	저(1인칭, 남성용)	ท่าน	그분, 귀하(2, 3인칭 존대)
ดิฉัน	저(1인칭, 여성용)	เธอ	너, 그녀(2, 3인칭)
ฉัน	나(남녀 다 쓸 수 있음)	เขา	그(3인칭)
หนู	나(1인칭, 여성용)	พวกเรา	우리
คุณ	당신(2인칭, ~ 씨)	มัน	그것(3인칭, 동물, 사물)

2. 지정사 구문 เป็น

- เขา**เป็น**คนอังกฤษ 그는 영국 사람입니다.
- ซูบิน**เป็น**นักศึกษา 수빈은 대학생입니다.

☑ **보충 어휘:** ประเทศ สัญชาติ **국가 및 국적**

ประเทศ	국가	คน	사람
ประเทศจีน	중국	คนจีน	중국 사람
ประเทศญี่ปุ่น	일본	คนญี่ปุ่น	일본 사람
ประเทศลาว	라오스	คนลาว	라오스 사람
ประเทศเวียดนาม	베트남	คนเวียดนาม	베트남 사람

ประเทศอังกฤษ	영국	คนอังกฤษ	영국 사람
ประเทศอเมริกา	미국	คนอเมริกา	미국 사람
ประเทศฝรั่งเศส	프랑스	คนฝรั่งเศส	프랑스 사람
ประเทศเยอรมัน	독일	คนเยอรมัน	독일 사람

3. 의문조사: หรือ

- สบายดี**หรือ**ครับ 잘 지냈습니까?
- เขาเป็นอาจารย์**หรือ**ครับ 그는 교수님입니까?

4. 응답 표현: ใช่/ไม่ใช่

- A: คุณเป็นคนเกาหลีหรือครับ 당신은 한국 사람입니까?

  B1: **ใช่**ค่ะ ดิฉันเป็นคนเกาหลีค่ะ 네, 저는 한국 사람입니다.

  B2: **ไม่ใช่**ค่ะ ดิฉันเป็นคนจีนค่ะ 아니오, 저는 중국 사람입니다.

대화문 B

พาที สวัสดีครับ คุณมินจู

안녕하세요, 민주 씨.

มินจู สวัสดีค่ะ คุณพาที

안녕하세요, 파티 씨.

พาที ไม่เจอกันนาน สบายดีหรือครับ

오랜만입니다. 잘 지내셨습니까?

มินจู สบายดีค่ะ แล้วคุณล่ะคะ

잘 지냈습니다. 당신은요?

พาที ผมก็สบายดีครับ

저도 잘 지냅니다.

มินจู รักษาสุขภาพด้วยนะคะ

건강을 조심하세요.

พาที ขอบคุณครับ แล้วพบกันใหม่ครับ

감사합니다. 그럼 또 만납시다.

มินจู ค่ะ แล้วพบกันใหม่ค่ะ

네, 또 만나요.

문법설명 B

1. แล้วคุณล่ะ [당신은요?]

- A: ฉันเป็นคนเกาหลี **แล้วคุณล่ะ**คะ　저는 한국 사람입니다. 당신은요?

  B: ผมเป็นคนไทยครับ　저는 태국 사람입니다.

2. 주어 + ก็ [~도, 역시]

- A: ดิฉันเป็นนักศึกษาค่ะ　저는 대학생입니다.

  B: ผม**ก็**เป็นนักศึกษาครับ　저도 대학생입니다.

3. ครับ/ค่ะ 어조사(존대)

- A: สวัสดีครับ ผมชื่อธีระ**ครับ**　안녕하세요? 저는 티라입니다.

  B: ยินดีที่ได้รู้จัก**ค่ะ**　만나서 반갑습니다.

✓ 보충 어휘: 인사 표현

ทักทาย	인사하다	ไม่เป็นไร	괜찮다
สบายดี	잘 지내다	เกรงใจ	부담을 느끼다, 부담을 갖다
ขอบคุณ	고맙다	ยินดีที่ได้รู้จัก	만나서 반갑다
ขอโทษ	미안하다/죄송하다	แล้วพบกันใหม่	또 만나다

แบบฝึกหัด 연습

1. หาประเทศที่ซ่อนอยู่ในตารางต่อไปนี้และเขียนลงในช่องว่าง

아래의 표에 숨겨진 나라를 찾아 표시하고 빈칸에 쓰시오.

ค	น	ถ	คำ	ส	แ	ฝ	ล
ก	อั	ง	ก	ฤ	ษ	รั่	า
อ	เ	ม	ริ	กา	ด	ง	ว
เ	วี	ย	น	า	**ไ**	เ	น
ย	ย	ป	ระ	เ	**ท**	ศ	บ
อ	ด	ช	แ	ก	**ย**	ส	ญี่
ร	น	า	บ	า	ส	า	ปุ่
มั	า	น	บ	ห	บ	จี	น
น	ม	เ	ร	ลี	ด	ว	บ

1) ไทย : 태국　　2) ________ : 한국

3) ________ : 일본　　4) ________ : 중국

5) ________ : 영국　　6) ________ : 프랑스

7) ________ : 독일　　8) ________ : 미국

9) ________ : 라오스　　10) ________ : 베트남

2. หาคำทักทายที่ซ่อนอยู่ในตารางต่อไปนี้และเขียนลงในช่องว่าง

아래의 표에 숨겨진 인사 표현을 찾아 표시하고 빈칸에 쓰시오.

ผ	ม	ดี	ส	นุ	ก	จ	ทั	น
ด	ข	อ	บ	คุ	ณ	ะ	ก	า
พั	ส	บ	า	ย	ไ	ไ	ท	น
ท	า	ย	ย	ร	ม่	ป	า	ก
ส	**วั**	**ส**	**ดี**	า	เ	พ	ย	ร
สุ	ด	มี	ปู	แ	ปี	บ	ย	ไ
แล้	ว	พ	บ	กั	น	ใ	ห	ม่
ข	อ	โ	ท	ษ	ไ	บ	า	ใ
เ	กิ	น	า	น	ร	เ	ย	ช่
ยิ	น	ดี	ที่	ไ	ด้	รู้	จั	ก

1) สวัสดี : 안녕하세요?

2) ________ : 잘 지내요.

3) ________ : 괜찮아요.

4) ________ : 만나서 반가워요.

5) ________ : 고마워요.

6) ________ : 미안해요./ 실례해요.

7) ________ : 또 만나요.

3. เรียงคำต่อไปนี้ให้เป็นประโยคภาษาไทยที่ถูกต้อง

다음 단어들을 배열하여 문장을 만드시오.

보기 ชื่อ ฉัน นิดา → ฉันชื่อนิดา

1) ค่ะ ชื่อ อะไร สวัสดี คะ คุณ

→ ____________________

2) พาที ชื่อ ผม สวัสดี ครับ

→ ____________________

3) เป็น หรือ คุณ จีน คน ครับ

→ ____________________

4) ดิฉัน คน เป็น ค่ะ เกาหลี ไม่ใช่

→ ____________________

5) เกาหลี ผม คน เป็น ก็ ครับ

→ ____________________

6) รู้ ได้ ยินดี จัก ที่ ค่ะ

→ ____________________

4. แต่งประโยคให้สมบูรณ์โดยใช้คำต่อไปนี้

주어진 단어들을 사용하여 문장을 완성하시오.

보기 니다 씨는 태국 사람이다. → คุณนิดาเป็นคนไทย

1) (นักศึกษา) 니다는 대학생이다.

→ ______

2) (ไม่ใช่, อาจารย์) 니다는 교수님이 아니다.

→ ______

3) (คนอังกฤษ) 그는 영국 사람이다.

→ ______

4) (ไม่ใช่, คนญี่ปุ่น) 그는 일본 사람이 아니다.

→ ______

5) (เธอ, คนลาว) 그녀는 라오스 사람이다.

→ ______

6) (ไม่ใช่, คนเวียดนาม) 그녀는 베트남 사람이 아니다.

→ ______

7) (เพื่อน, คนจีน) 친구는 중국 사람이다.

→ ______

8) (ไม่ใช่, คนมาเลเซีย) 친구는 말레이시아 사람이 아니다.

→ ______

✓ 추가 단어

เพื่อน	친구	คนมาเลเซีย	말레이시아 사람

5. แต่งบทสนทนาให้สมบูรณ์โดยใช้คำต่อไปนี้

주어진 단어들을 사용하여 대화문을 완성하시오.

보기 A: คุณก็เป็นคนไทยหรือครับ 당신도 태국 사람입니까?
B: ใช่ค่ะ ดิฉันก็เป็นคนไทยค่ะ 네, 저도 태국 사람입니다.

1) A: (คนเกาหลี) 당신도 한국 사람입니까?

→ ______

B: (ใช่, คนเกาหลี) 네, 저도 한국 사람입니다.

→ ______

2) A: (นักศึกษา) 당신도 대학생입니까?

→ ______

B: (ไม่ใช่, อาจารย์) 아니오, 저는 교수입니다.

→ ______

3) A: (แฟน, คนฝรั่งเศส) 애인도 프랑스 사람입니까?

→ ______

B: (ไม่ใช่, คนเยอรมัน) 아니오, 그는 독일 사람입니다.

→ ______

추가 단어

แฟน 애인

6. อ่านเรื่องต่อไปนี้และเลือกคำที่เหมาะสมเติมลงในช่องว่าง

다음을 읽고 빈칸에 알맞은 낱말을 골라 쓰시오.

보기	สวัสดี	มาจาก	ค่ะ	เป็น	นักศึกษา	ชื่อ

สวัสดี ________ ดิฉัน ________ ซูบิน ดิฉัน ________

คนเกาหลี ดิฉันเป็น ________ ________ ประเทศเกาหลีค่ะ

7. เลือกคำตอบที่ถูกต้อง

다음 질문에 알맞은 답을 고르시오.

1) สบายดีหรือครับ

① ไม่ใช่ค่ะ ② ชื่อแพรค่ะ
③ สวัสดีค่ะ ④ สบายดีค่ะ

2) คุณชื่ออะไรคะ

① ฉันชื่ออะไรคะ ② ไม่ใช่ค่ะ
③ ฉันชื่อแก้มค่ะ ④ ผมชื่อหนึ่งค่ะ

3) ผมเป็นคนเกาหลี แล้วคุณล่ะครับ

① ใช่ค่ะ ดิฉันเป็นคนไทยค่ะ ② ยินดีที่ได้รู้จักค่ะ
③ ไม่ใช่ค่ะ ดิฉันชื่อนิดค่ะ ④ ดิฉันก็เป็นคนเกาหลีค่ะ

บทที่ 2

นี่คือกระเป๋า

이것은 가방입니다.

어휘

นี่	이것(지시대명사)	ราคา	가격
นั่น	그것(지시대명사)	กาแฟ	커피
ของ	~의(소유격)	น้ำส้ม	오렌지주스
มี	(가지고) 있다	หมอ	의사
ใคร	누구	นาฬิกา	시계
กระเป๋า	가방	มหาวิทยาลัย	대학교
กระเป๋าดินสอ	필통	สี	색깔
กระเป๋าสตางค์	지갑	สีดำ	검정색
ปากกา	펜	สีน้ำเงิน	남색
โน้ตบุ๊ก	노트북	สีแดง	빨간색
พี่สาว	언니/누나	ไหม	~아/어요?(의문조사)
น้อง	동생	สวย	예쁘다
ไป	가다	ดื่ม	마시다

대화문 A

มินจู	นี่อะไรคะ 이것은 무엇입니까?
ปิติ	นี่กระเป๋าครับ 이것은 가방입니다.
มินจู	นั่นอะไรคะ 그것은 무엇입니까?
ปิติ	นั่นหนังสือครับ 그것은 책입니다.
มินจู	นั่นเป็นหนังสือของคุณหรือคะ 그것은 당신의 책입니까?
ปิติ	ไม่ใช่ครับ นั่นเป็นหนังสือของเพื่อนครับ 아닙니다. 그것은 제 친구의 책입니다.
มินจู	แล้วนี่เป็นกระเป๋าของใครคะ 그럼, 이것은 누구의 가방입니까?
ปิติ	นี่เป็นกระเป๋าของผมครับ 이것은 제 가방입니다.

문법설명 A

1. 지정사 구문: 주어 + คือ + N.

- นี่**คือ**กระเป๋า　　이것은 가방입니다.
- นั่นไม่ใช่คอมพิวเตอร์　　그것은 컴퓨터가 아닙니다.

2. 지시대명사: นี่ /นั่น / โน่น

- **นี่**คือกระเป๋าดินสอ　　이것은 필통입니다.
- **โน่น**คือกาแฟ　　저것은 커피입니다.
- **ที่นี่**คือประเทศไทย　　여기는 태국입니다.

이것	그것	저것
นี่	นั่น	โน่น
여기	거기	저기
ที่นี่	ที่นั่น	ที่โน่น

3. 의문사

- อะไร	무엇	นี่คือ**อะไร**	이것은 무엇입니까?
- ใคร	누구	เขาเป็น**ใคร**	그는 누구입니까?
- เมื่อไร	언제	พี่สาวไป**เมื่อไร**คะ	언니는 언제 갑니까?
- (ที่)ไหน	어디	ที่นี่คือ**ที่ไหน**	여기는 어디입니까?
- อย่างไร	어떻게	คุณมา**อย่างไร**	당신은 어떻게 옵니까?
- ทำไม	왜	**ทำไม**ไม่มีนาฬิกา	왜 시계가 없습니까?
- เท่าไร	얼마	นี่ราคา**เท่าไร**	이것은 가격이 얼마입니까?

4. 소유격: ของ

- น้อง**ของ**ผมเป็นหมอ — 저의 동생은 의사입니다.
- ที่โน่นคือมหาวิทยาลัย**ของ**ดิฉัน — 저기는 저의 대학교입니다.

보충 어휘

สมุด	공책	มือถือ	핸드폰
รองเท้า	신발	ดินสอ	연필
เสื้อ	옷	หมวก	모자
แว่นตา	안경	กางเกง	바지
นาฬิกา	시계		

대화문 B

พาที ขอโทษครับ นี่กระเป๋าดินสอของใครครับ

실례합니다. 이것은 누구의 필통입니까?

นิดา กระเป๋าดินสอของดิฉันเองค่ะ

제 필통입니다.

พาที คุณมีปากกาสีน้ำเงินไหมครับ

당신은 남색 펜이 있습니까?

นิดา ไม่มีค่ะ แต่ดิฉันมีปากกาสีดำ

없습니다. 하지만 검은색 펜이 있습니다.

พาที มีปากกาสีแดงด้วยไหมครับ

빨간색 펜도 있습니까?

นิดา มีค่ะ นี่ปากกาสีดำและสีแดงค่ะ

있습니다. 여기 검은색 펜과 빨간색 펜입니다.

พาที ขอบคุณมากครับ

감사합니다.

문법설명 B

1. 소유의 동사: มี + N.

- ดิฉัน**มี**โน้ตบุ๊กสีดำ 저는 검정색 노트북이 있습니다.
- เพื่อน**มี**กระเป๋าสตางค์ 친구는 지갑이 있습니다.

2. 의문조사: ไหม

- A: คุณมีนาฬิกา**ไหม** 당신은 시계가 있습니까?
  B: มีครับ/ค่ะ [ครับ/ค่ะ] 네, 있습니다.
  C: ไม่มีครับ/ค่ะ [ไม่ครับ/ไม่ค่ะ] 아니오, 없습니다.
- A: กระเป๋าสวย**ไหม** 가방은 예쁩니까?
  B: สวยครับ / ค่ะ 네, 예쁩니다.
  C: ไม่สวยครับ / ค่ะ 아니오, 안 예쁩니다.

3. 부정사: ไม่

- รองเท้า**สวย** 신발은 예쁘다. รองเท้า**ไม่สวย** 신발은 안 예쁘다.
- เขา**ดื่ม**น้ำส้ม 그는 오렌지주스를 마신다. เขา**ไม่ดื่ม**น้ำส้ม 그는 오렌지주스를 안 마신다.
- ดิฉัน**มี**เสื้อสีฟ้า 저는 파란옷이 있습니다. ดิฉัน**ไม่มี**เสื้อสีฟ้า 저는 파란옷이 없습니다.

보충 어휘: สี색깔

สี	색깔	สีฟ้า	하늘색
สีเหลือง	노란색	สีดำ	검은색
น้ำเงิน	남색	สีเทา	회색
สีขาว	흰색	สีส้ม	주황색
สีแดง	빨간색	สีน้ำตาล	갈색
สีชมพู	분홍색	สีม่วง	보라색

แบบฝึกหัด 연습

1. ใส่วรรณยุกต์ให้ถูกต้อง

주어진 단어가 완성되도록 알맞은 성조 부호를 넣으시오.

보기 มา → ม้า (말)

1) ไขไก → ______ (계란)

2) แมนำ → ______ (강)

3) ญีปุน → ______ (일본)

4) โตะ → ______ (책상)

5) เกาอี → ______ (의자)

6) รองเทา → ______ (구두)

7) กระเปา → ______ (가방)

8) นำสม → ______ (오렌지주스)

9) ดืม → ______ (마시다)

10) เพือน → ______ (친구)

11) หองนำ → ______ (화장실)

12) อรอย → ______ (맛있다)

13) รอน → ______ (덥다)

14) อยา → ________ (하지 마라)

15) ไหว → ________ (합장 인사하다)

2. เลือก ‘สี’ เติมลงในช่องว่างให้เหมาะสม

빈칸에 알맞은 ‘색깔 어휘’를 골라 쓰시오.

สีน้ำเงิน	สีแดง	สีขาว	สีม่วง
สีเขียว	สีเหลือง	สีชมพู	

보기 ฉันมีปากกา สีน้ำเงิน

1) น้องไม่ชอบกินผัก ________

2) เขาซื้อแตงโม ________

3) มะม่วง ________ มีรสหวาน

4) ดิฉันชอบกินองุ่น ________

5) หิมะ ________

6) น้องมีตุ๊กตาหมู ________

추가 단어

ผัก	야채	แตงโม	수박
มะม่วง	망고	รสหวาน	단맛
องุ่น	포도	หิมะ	눈
ตุ๊กตาหมู	돼지 인형		

3. เลือกคำถามในวงเล็บเติมลงในช่องว่าง

( ) 안에 있는 의문사 중 알맞은 것을 골라 빈칸에 넣으시오.

보기 นี่ อะไร (อย่างไร/ อะไร)

1) ________ (ใคร/ อะไร) มีปากกา

2) คุณไปบ้าน ________ (ที่ไหน/ อย่างไร)

3) หนังสือสี ________ (ทำไม/ อะไร)

4) ที่นี่คือ ________ (อะไร/ที่ไหน)

5) คุณดื่มกาแฟ ________ (ใคร/ อะไร)

6) น้องอยู่ ________ (ที่ไหน/ ทำไม)

7) ________ เขายังไม่มา (อย่างไร/ ทำไม)

8) คุณออกกำลังกายกับ ________ (ที่ไหน/ ใคร)

추가 단어

ยัง	아직	ออกกำลังกาย	운동하다
กับ	과/와		

4. เรียงคำต่อไปนี้ให้เป็นประโยคภาษาไทยที่ถูกต้อง

다음 단어들을 배열하여 문장을 만드시오.

> **보기** [นี่ ปากกา เป็น เขา ของ]
> → นี่เป็นปากกาของเขา

1) ครับ เป็นกระเป๋า นี่ ใคร ของ

→ ______________________

2) ของ นี่ พี่สาว เป็น ค่ะ กระเป๋า

→ ______________________

3) ครับ เป็น นาฬิกา อาจารย์คิม ของ นั่น หรือ

→ ______________________

4) นี่ ดิฉัน ค่ะ ของ ไม่ใช่ นาฬิกา

→ ______________________

5) นี่ อะไร คือ ครับ

→ ______________________

6) กระเป๋าดินสอ　นี่　ค่ะ　คือ

→

7) ของ　หรือ　คุณ　ที่นี่　เป็น　ครับ　บ้าน

→

8) ที่นี่　ของ　เป็น　ค่ะ　ดิฉัน　บ้าน

→

5. แต่งบทสนทนาให้สมบูรณ์โดยใช้คำต่อไปนี้

주어진 단어들을 사용하여 대화문을 완성하시오.

보기　A : นี่เป็นกระเป๋าของใคร　이것은 누구의 가방입니까?

B : นี่เป็นกระเป๋าของผม　이것은 제 가방입니다.

1) A: (นาฬิกา)　이것은 누구의 시계입니까?

→

B: (เพื่อน)　이것은 친구의 손목시계입니다.

→

2) A: (เข็มขัด)　그것은 누구의 벨트입니까?

→

B: (น้องชาย)　그것은 남동생의 벨트입니다.

→

3) A: (รถยนต์) 저것은 누구의 자동차입니까?

→ ______________________________

B: (พี่สาว) 저것은 언니의 자동차입니다.

→ ______________________________

☑ 추가 단어

เข็มขัด	벨트	น้องชาย	남동생
รถยนต์	자동차		

6. แต่งประโยคให้สมบูรณ์โดยใช้คำต่อไปนี้

주어진 단어들을 사용하여 문장을 완성하시오.

> **보기** 이것은 삐띠 씨의 가방이 아닙니다. → นี่ไม่ใช่กระเป๋าของคุณปิติ

1) (ตุ๊กตา) 이것은 동생의 인형이 아닙니다.

→ ______________________________

2) (ทีวี) 그것은 친구의 텔레비전이 아닙니다.

→ ______________________________

3) (มหาวิทยาลัย) 저기는 저의 대학교가 아닙니다.

→ ______________________________

7. อ่านเรื่องต่อไปนี้และเลือกคำที่เหมาะสมเติมลงในช่องว่าง

다음을 읽고 빈칸에 알맞은 낱말을 골라 쓰시오.

วันนี้	ชอบ	สีเขียว
มี	ซื้อ	ไป

วันนี้ คุณแม่ ________ ตลาด คุณแม่ ________ แอปเปิล ________ ให้ฉัน

ฉัน ________ กินแอปเปิลมาก ฉัน ________ ความสุข

✓ 추가 단어

ตุ๊กตา	인형	ทีวี	텔레비전
วันนี้	오늘	ซื้อ	사다
ให้	주다	แอปเปิล	사과
ความสุข	행복		

บทที่ 3

ครอบครัวของผมมี 5 คน

제 가족은 5명입니다.

어휘

นี้	이(지시형용사)	ลูกสาวคนเดียว	외동딸
ครอบครัว	가족	เก่ง	잘하다
พี่น้อง	형제	เลย	매우, 전혀
รูป	사진	อายุ	나이
น้องชาย	남동생	เท่าไร	얼마
กี่	몇	เหมือนกัน	똑같다, 마찬가지다
คน(ลักษณนาม)	명(분류사)	ซื้อ	사다
ปี	살/년(분류사)	ตลาด	시장
เรียน	공부하다, 배우다	ฟัง	듣다
ทำ	하다, 만들다	เพลง	음악
ที่	에, 에서	กิน	먹다
พนักงานบริษัท	회사원	ข้าว	밥
วิชา	과목	ขนม	과자
วิชาเอก	전공	ว่าง	한가하다
ภาษาญี่ปุ่น	일본어	เบอร์	번호
นักเรียนมัธยมปลาย	고등학생	เบอร์มือถือ	핸드폰 번호

대화문 A

พัดชา ครอบครัวของคุณมีกี่คนคะ

당신의 가족은 몇 명입니까?

ซอจุน ครอบครัวของผมมี 5คนครับ

제 가족은 5명입니다.

พัดชา คุณมีพี่น้องกี่คนคะ

당신은 형제가 몇 명있습니까?

ซอจุน มี 3 คนครับ มีพี่สาว น้องชายและผมครับ แล้วคุณล่ะครับ

세 명입니다. 누나와 남동생 그리고 저입니다. 당신은요?

พัดชา ดิฉันเป็นลูกสาวคนเดียวค่ะ พี่สาวของคุณทำอะไรคะ

저는 외동딸입니다. 당신의 누나는 뭐하십니까?

ซอจุน พี่สาวของผมเป็นพนักงานบริษัทครับ

제 누나는 회사원입니다.

พัดชา แล้วน้องชายเป็นนักเรียนมัธยมปลายใช่ไหมคะ

그럼, 남동생은 고등학생입니까?

ซอจุน ไม่ใช่ครับ น้องชายเป็นนักศึกษาครับ

아닙니다. 남동생은 대학생입니다.

문법설명 A

1. 지시형용사: นี้/ นั้น/ โน้น + N.

- คนนี้เป็นเพื่อนของผม 이 사람은 제 친구입니다.
- กระเป๋านี้เป็นกระเป๋าของใคร 이 가방은 누구의 가방입니까?

2. 의문조사: ใช่ไหม 〉〉 응답 표현: ใช่ / ไม่ใช่

- A: คุณเป็นคนเกาหลีใช่ไหมครับ 당신은 한국 사람이지요?

  B: ใช่ค่ะ ดิฉันเป็นคนเกาหลีค่ะ 네, 저는 한국 사람입니다.

  C: ไม่ใช่ค่ะ ดิฉันเป็นคนจีนค่ะ 아니오, 저는 중국 사람입니다.

3. ~와/ 과: กับ

- ผมซื้อเสื้อกับกางเกง 저는 옷과 바지를 삽니다.
- ดิฉันกับเพื่อนดื่มกาแฟ 저와 친구는 커피를 마십니다.

4. 태국어의 기본적인 친족어

พ่อ	아버지	แม่	어머니
ปู่	할아버지	ย่า	할머니
ตา	외할아버지	ยาย	외할머니
พี่ชาย	오빠/형	พี่สาว	언니/누나
น้องชาย	남동생	น้องสาว	여동생
ลูกชาย	아들	ลูกสาว	딸
หลานชาย	손자/ 남자 조카	หลานสาว	손녀/여자 조카
ลุง	부모 손위(남)	ป้า	부모 손위(여)
อา	아빠 손아래(고모, 삼촌)	น้า	엄마 손아래(이모/외삼촌)
ญาติ	친척	หลาน	손주, 조카

대화문 B

พัดชา คุณซอจุน รูปนี้เป็นรูปของใครคะ

서준 씨, 이 사진은 누구의 사진입니까?

ซอจุน นี่รูปน้องชายของผม ชื่อฮาจุนครับ

이것은 제 남동생 사진입니다. 이름은 하준입니다.

พัดชา น้องชายของคุณอายุเท่าไรคะ

당신의 남동생은 몇 살입니까?

ซอจุน น้องอายุ 18 ปีครับ วิชาเอกภาษาญี่ปุ่นครับ

동생은 열여덟 살입니다. 일본어 전공입니다.

พัดชา เรียนที่มหาวิทยาลัยนี้ใช่ไหมคะ

이 대학교에서 공부하지요?

ซอจุน ใช่ครับ เรียนที่มหาวิทยาลัยเดียวกับผมครับ

맞습니다. 저와 같은 대학교에서 공부합니다.

พัดชา คุณซอจุนกับน้องชาย เรียนเก่งเหมือนกันเลยนะคะ

서준 씨하고 남동생 똑같이 공부를 잘 하시네요.

ซอจุน ขอบคุณครับ

감사합니다.

문법설명 B

1. 동사술어문: 주어+동사+타동사 구문

- เขากินข้าว — 그는 밥을 먹습니다.
- แม่ซื้อของที่ตลาด — 엄마는 시장에서 물건을 삽니다.
- น้องชายฟังเพลง — 남동생은 음악을 듣습니다.

2. 태국어 의문조사 ไหม와 หรือ에 대한 응답 표현

- A: ว่าง**ไหม** — 한가해요?(시간이 있는지 물어볼 때)

  B: ว่าง [ไม่ว่าง] — 네 [아니오]

- A: ว่าง**หรือ** — 한가해요?(시간이 있는 사실을 확인할 때)

  B: ว่าง [ไม่ว่าง] — 네 [아니오]

3. 의문형용사: อะไร

- คุณเรียนวิชา**อะไร** — 당신은 무슨 과목을 공부합니까?
- เบอร์มือถือของคุณเบอร์**อะไร** — 당신의 핸드폰 번호가 몇 번입니까?

☑ 보충 어휘: ตัวเลข 숫자

ศูนย์	0		
หนึ่ง	1	สอง	2
สาม	3	สี่	4
ห้า	5	หก	6
เจ็ด	7	แปด	8
เก้า	9	สิบ	10

แบบฝึกหัด 연습

1. แก้ 'คำผิด' ให้ถูกต้อง

주어진 어휘의 철자를 올바르게 고치시오.

보기 กระเป่า → กระเป๋า (가방)

1) ตั้วรถไฟ → ____________ (기차표)

2) ถงเทา → ____________ (양말)

3) ข่อมือ → ____________ (손목)

4) พีน้อย → ____________ (형제)

5) อาจาน → ____________ (교수)

6) การบาน → ____________ (숙제)

7) รถเม → ____________ (버스)

8) เหนือย → ____________ (피곤하다)

9) วันอาทิต → ____________ (일요일)

10) เครืองดืม → ____________ (음료)

11) พระจัน → ____________ (달)

12) ซือ → ____________ (사다)

13) เกง → ____________ (잘하다)

14) กุ้ง → ______________ (새우)

15) กระเป๋าสตางค์ → ______________ (지갑)

2. เรียงคำต่อไปนี้ให้เป็นประโยคภาษาไทยที่ถูกต้อง

다음 단어들을 배열하여 문장을 만드시오.

보기 [มี ผม น้องสาว ครับ] → ผมมีน้องสาวครับ

1) คะ กี่ มี ครอบครัว คุณ คน ของ

→ ______________

2) ของ ครอบครัว สี่ มี ผม คน ครับ

→ ______________

3) น้อง ไหม สาว คุณ คะ มี

→ ______________

4) ครับ ไม่มี เป็น ผม คนเดียว ลูกชาย

→ ______________

5) คุณ แมว กี่ ตัว คะ มี

→ ______________

6) ผม แมว สอง มี ครับ ตัว

→ ______

7) ค่ะ ดิฉัน มี ก็ ตัว แมว สอง

→ ______

✓ 추가 단어

แมว 고양이 ตัว 마리(분류사)

3. เรียงคำต่อไปนี้ให้เป็นบทสนทนาภาษาไทยที่ถูกต้อง

다음 단어들을 배열하여 대화문을 만드시오.

보기 A: คุณ อะไร กิน → คุณกินอะไร

B: ข้าว ฉัน กิน → ฉันกินข้าว

1) A: เรียน วิชา น้อง อะไร

→ ______

B: เรียน กับ น้อง ภาษาอังกฤษ วิชา ภาษาไทย

→ ______

2) A: ซื้อ คุณแม่ อะไร

→ ______________________________

B: ต้มยำกุ้ง ข้าว ซื้อ คุณแม่ กับ

→ ______________________________

3) A: กับ คุณ กิน ใคร ข้าว

→ ______________________________

B: น้องสาว ข้าว กิน ดิฉัน กับ

→ ______________________________

4) A: กับ คุณ ใคร มหาวิทยาลัย ไป

→ ______________________________

B: เพื่อน มหาวิทยาลัย ไป ดิฉัน กับ

→ ______________________________

4. แต่งบทสนทนาให้สมบูรณ์โดยใช้คำต่อไปนี้

주어진 단어들을 사용하여 대화문을 완성하시오

> **보기**
> A: คุณเป็นคนไทยใช่ไหม 당신은 태국 사람이지요?
>
> B: ไม่ใช่ ดิฉันเป็นคนเกาหลี 아니오, 저는 한국 사람입니다.

1) A: (อาจารย์) 그는 교수님이지요?

→ ______________________

B: (ตำรวจ) 아니오, 그는 경찰입니다.

→ ______________________

2) A: (มือถือ) 이 핸드폰은 당신의 핸드폰이지요?

→ ______________________

B: (น้องชาย) 아니오, 이 핸드폰은 남동생의 핸드폰입니다.

→ ______________________

3) A: (ฟังเพลง) 당신은 음악을 듣습니까?

→ ______________________

B: (อ่านหนังสือ) 아니오, 저는 책을 읽습니다.

→ ______________________

4) A: (เรียน, ภาษาเกาหลี) 당신은 한국어를 공부하지요?

→ ______________________

B: (ภาษาไทย) 아니오, 저는 태국어를 공부합니다.

→ ______________________

5. อ่านเรื่องต่อไปนี้และเลือกคำที่เหมาะสมเติมลงในช่องว่าง

다음을 읽고 빈칸에 알맞은 낱말을 골라 쓰시오.

น้อง	เป็น	อายุ	มี	
เรียน	ปี	เรา	ที่	ของ

น้อง ของผม ________ ชื่อเล่นว่า "ต้อง" ต้อง ________ 19 ________

เขา ________ หนังสือเก่งและ ________ นักกีฬา ________ โรงเรียน ________ สอง

คนชอบไปออกกำลังกายด้วยกัน ________ สนามกีฬา

추가 단어

ออกกำลังกาย	운동하다	ด้วยกัน	같이
สนามกีฬา	운동장		

6. เลือก 'คำ' ที่เหมาะสมเติมลงในช่องว่าง

빈칸에 알맞은 '낱말'을 골라 쓰시오.

ดื่ม	ทำ	ฟัง	ใช่ไหม	ซื้อ
มี	ราคา	ทำงาน	กับ	เป็น

보기 ผม ดื่ม กาแฟ

1) คุณ __________ พี่น้องกี่คน

2) เขาอ่านหนังสือ __________

3) พี่สาว __________ ต่างหู __________ นาฬิกาข้อมือ

4) นี่ __________ เท่าไรคะ

5) A: คุณปู่ __________ อะไรคะ

B: คุณปู่ __________ เพลงครับ

6) A: คุณ __________ อะไรคะ

B: ผม __________ หมอครับ

บทที่ 4

บ้านของดิฉันอยู่ที่ดอนเมือง

제 집은 던므앙에 있습니다.

어휘

บ้าน	집	เดือน	달/ 월
บ้านเกิด	고향	ผลไม้	과일
โรงเรียน	학교	หิว	배가 고프다
ห้อง	방	นิดหน่อย	조금
อยู่	있다	อร่อย	맛있다
ที่ไหน	어디(의문사)	ทำไม	왜(의문사)
ไปเยี่ยม	방문하다	กำลัง	'~고 있다'
กี่	몇(의문사)	ขนมเค้ก	케이크
แถว	근처	พาย	파이
ใกล้	가깝다	สับปะรด	파인애플
บ่อย	자주	ตู้เย็น	냉장고
ปกติ	보통	อาหาร	음식
ครั้ง	~번	โต๊ะ	책상

สนามบิน	공항	อ่าน	읽다
ร้านกาแฟ	커피숍	หนังสือพิมพ์	신문
ตรงข้าม	반대	ทำอาหาร	요리하다
เชียงใหม่	치앙마이	ครัว	부엌
ภาคเหนือ	북부		

대화문 A

พาที บ้านของคุณอยู่ที่ไหนครับ

당신의 집은 어디에 있습니까?

พัดชา บ้านของดิฉันอยู่ที่ดอนเมืองค่ะ

제 집은 던므앙에 있습니다.

พาที บ้านของคุณอยู่ใกล้กับอะไรครับ

당신의 집은 무엇과 가까이 있습니까?

พัดชา บ้านของดิฉันอยู่ใกล้กับสนามบินดอนเมืองค่ะ

제 집은 던므앙 공항과 가까이 있습니다.

แล้วบ้านของคุณล่ะคะ

당신의 집은요?

พาที บ้านของผมอยู่ที่เอกมัยครับ

제 집은 엑까마이입니다.

แต่บ้านเกิดของผมอยู่ที่เชียงใหม่ครับ

하지만 제 고향은 치앙마이입니다.

พัดชา แล้วคุณไปเยี่ยมบ้านเกิดบ่อยไหมคะ

그럼, 당신은 고향을 자주 방문합니까?

พาที ปกติเดือนละ 1 ครั้งครับ

보통 한 달에 한 번 갑니다.

문법설명 A

1. 존재 표현 동사: อยู่

- น้อง**อยู่**ที่ไหน　　동생은 어디에 있어요?
- คุณแม่**อยู่**ที่บ้าน　　어머니는 집에 계세요.
- เขาไม่**อยู่**ที่ห้อง　　그는 방에 없습니다.

2.장소 전치사: ที่

- น้องเรียนหนังสือ**ที่**โรงเรียน　　동생은 학교에서 공부합니다.
- เรากินกาแฟกับขนมเค้ก**ที่**ร้านกาแฟ　　우리는 커피숍에서 커피와 케이크를 먹습니다.

☑ 보충 어휘: สถานที่ 장소

โรงเรียน	학교	มหาวิทยาลัย	대학교
โรงหนัง	영화관	ไปรษณีย์	우체국
โรงพยาบาล	병원	ห้างสรรพสินค้า	백화점
ร้านอาหาร	식당	สวนสาธารณะ	공원
ร้านหนังสือ	서점	สถานีตำรวจ	경찰서
ร้านขายยา	약국	สถานีรถไฟ	기차역
ร้านเครื่องเขียน	문구점	สนามกีฬา	운동장

대화문 B

นิดา คุณแม่คะ คุณแม่อยู่ที่ไหนคะ

어머니, 어머니 어디에 계세요?

คุณแม่ แม่อยู่ที่ห้องครัวจ้ะ

엄마는 부엌에 있어.

นิดา คุณแม่ทำอะไรคะ

어머니, 무엇을 하세요?

คุณแม่ กำลังทำขนมเค้กจ้ะ หิวไหมจ๊ะ

케이크를 만들고 있어. 배가 고프니?

นิดา นิดหน่อยค่ะ

조금요.

คุณแม่ กินพายสับปะรดไหมจ๊ะ อยู่ในตู้เย็น

파인애플 파이를 먹을래? 냉장고 안에 있어.

นิดา ว้าว น่าอร่อยจังค่ะ

우와 맛있겠어요.

문법설명 B

1. 장소 전치사

(ข้าง)บน	위(쪽)	(ข้าง)ล่าง/ใต้	아래(쪽)
(ข้าง)หน้า	앞(쪽)	(ข้าง)หลัง	뒤(쪽)
(ข้าง)ใน	안(쪽)	(ข้าง)นอก	바깥(쪽)
(ข้าง)ซ้าย	왼(쪽)	(ข้าง)ขวา	오른(쪽)
ข้าง ๆ	옆	ใกล้/ไกล	가까이/멀리
(ทิศ)เหนือ	북(쪽)	(ทิศ)ใต้	남(쪽)
(ทิศ)ตะวันออก	동(쪽)	(ทิศ)ตะวันตก	서(쪽)

ประเทศไทยมี 4 ภาค	
- ภาคเหนือ	북부
- ภาคใต้	남부
- ภาคกลาง	중부
- ภาคอีสาน	동북부

- มือถืออยู่**บน**โต๊ะ 핸드폰이 책상 위에 있어요.
- เราอยู่ที่**หน้า**มหาวิทยาลัย 우리는 대학교 앞에 있어요.
- ไปรษณีย์อยู่**ข้างซ้าย** 우체국이 왼쪽에 있어요.

- ผลไม้อยู่**ใน**ตู้เย็น 과일이 냉장고 안에 있어요.
- เชียงใหม่อยู่ที่**ภาคเหนือ**ของประเทศไทย 치앙마이는 태국의 북부에 있어요.

2. 진행상 조동사: กำลัง + 동작동사

- คุณพ่อ**กำลัง**อ่านหนังสือพิมพ์ 아버지는 신문을 읽고 계십니다.
- คุณแม่**กำลัง**ทำอาหารอยู่ในครัว 어머니는 부엌에서 요리하고 계십니다.
- ดิฉัน**กำลัง**ไปตลาด 저는 시장에 가는 중입니다.

แบบฝึกหัด **연습**

1. เลือก ‘สถานที่’ ให้สอดคล้องกับรูปภาพแล้วเติมลงในช่องว่าง

그림과 일치하는 ‘장소’를 골라 빈칸에 쓰시오.

บ้าน	สนามกีฬา	ร้านขายยา	ไปรษณีย์	ร้านอาหาร	สถานีรถไฟ
ร้านเครื่องเขียน	ห้างสรรพสินค้า	ร้านหนังสือ	โรงพยาบาล	สถานีตำรวจ	

보기

บ้าน : 집

________ : 서점

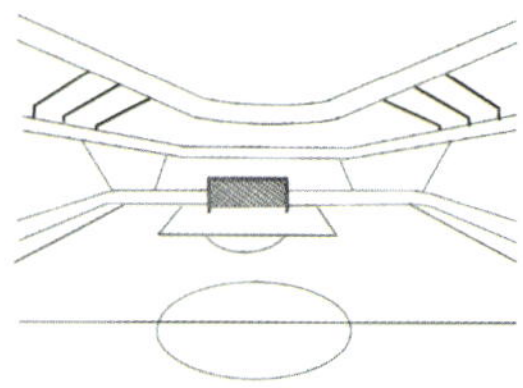

________ : 운동장

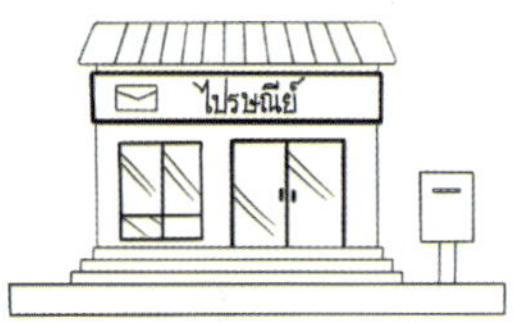

________ : 우체국

________ : 백화점

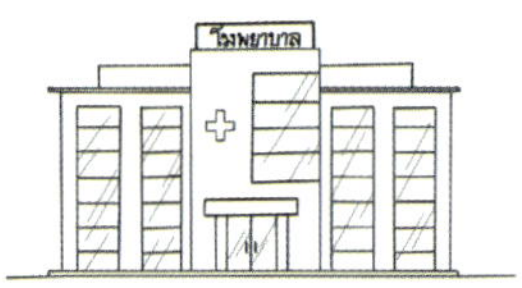

________ : 병원

________ : 약국

______ : 기차역

______ : 경찰서

______ : 문구점

______ : 식당

2. เรียงคำต่อไปนี้ให้เป็นประโยคภาษาไทยที่ถูกต้อง

다음 단어들을 배열하여 문장을 만드시오.

보기 [อยู่ ผม บ้าน ครับ ที่] → ผมอยู่ที่บ้านครับ

1) ครับ บ้านเกิด คุณ ที่ไหน ของ อยู่

→ ______

2) บ้านเกิด กรุงเทพฯ ดิฉัน ที่ ของ ค่ะ อยู่

→ ______

3) แล้ว ล่ะ บ้านเกิด คุณ ของ คะ

→ ______

4) บ้านเกิด ผม กรุงโซล ของ ครับ ที่ อยู่

→

5) ของ ผม ใกล้ บ้าน อยู่ แม่น้ำฮัน กับ ครับ

→

6) กี่ ไปเยี่ยม ปี ครั้ง คุณ บ้านเกิด ละ คะ

→

7) ไปเยี่ยม ผม ปี ครั้ง ครับ หนึ่ง ละ บ้านเกิด

→

☑ 추가 단어

กรุงเทพฯ	방콕	กรุงโซล	서울
แม่น้ำฮัน	한강		

3. เติม 'คำตรงข้าม' และความหมาย ลงในช่องว่าง

빈칸에 '반대말'과 그 의미를 써서 표를 완성하시오.

보기 บน (위) ↔ ล่าง (아래)

(ข้าง) หน้า	앞(쪽)		
		(ข้าง) ขวา	오른(쪽)
(ข้าง) ใน	안(쪽)		
		ไกล	멀리
		(ทิศ)ตะวันตก	서(쪽)

4. เติม 'คำ' ที่ถูกต้องลงในช่องว่าง

빈칸에 알맞은 '낱말'을 넣으시오.

보기 ปากกาอยู่ บน (위) โต๊ะ

1) น้ำส้มอยู่ ____________ (안) ตู้เย็น

2) พวกเราอยู่ ____________ (앞) ห้องเรียน

3) หอพักอยู่ ____________ (가깝다) กับร้านอาหารไทย

4) คุณพ่อปลูกผักอยู่ ____________ (뒤) บ้าน

☑ 추가 단어

ห้องเรียน	교실	หอพัก	기숙사
ปลูก	심다		

5. แต่งประโยคให้สมบูรณ์โดยใช้คำต่อไปนี้

주어진 단어들을 사용하여 대화문을 완성하시오.

> **보기**
> A: กระเป๋าอยู่ที่ไหน 가방이 어디에 있어요?
> B: กระเป๋าอยู่บนโต๊ะ 가방은 책상 위에 있습니다.

1) A: (เสื้อสีดำ) 검정 옷이 어디에 있어요?

→ ______________________

B: (ตู้เสื้อผ้า) 검정 옷은 옷장 안에 있어요.

→ ______________________

2) A: (นอน) 그는 어디에서 자요?

→ ______________________

B: (โซฟา) 그는 소파 위에서 자요.

→ ______________________

3) A: (ปูซาน) 부산은 어디에 있어요?

→

B: (ภาคใต้) 부산은 한국의 남부에 있어요.

→

4) A: (เชียงใหม่) 치앙마이는 어디에 있어요?

→

B: (ภาคเหนือ) 치앙마이는 태국의 북부에 있어요 .

→

추가 단어

ตู้เสื้อผ้า	옷장	โซฟา	소파

6. แต่งบทสนทนาให้สมบูรณ์โดยใช้คำต่อไปนี้

주어진 단어들을 사용하여 대화문을 완성하시오.

> **보기**
>
> A: คุณกำลังทำอะไร 당신은 무엇을 하고 있습니까?
>
> B: ผมกำลังกินข้าว 저는 밥을 먹고 있습니다.

1) A: (คุณยาย) 외할머니는 무엇을 하고 계십니까?

→ ______________________________

B: (ร้านขนมปัง) 외할머니는 빵집에 가고 계십니다.

→ ______________________________

2) A: (น้องสาว) 여동생는 무엇을 하고 있습니까?

→ ______________________________

B: (ล้างจาน, ครัว) 여동생는 부엌에서 설거지를 하는 중입니다.

→ ______________________________

3) A: (พี่ชาย) 오빠는 무엇을 하고 있습니까?

→ ______________________________

B: (ว่ายน้ำ, สระว่ายน้ำ) 오빠는 수영장에서 수영하고 있습니다.

→ ______________________________

4) A: (คุณพ่อ) 아버지는 무엇을 하고 계십니까?

→

B: (ประชุม, บริษัท) 아버지는 회사에서 회의하고 계십니다.

→

5) A: (คุณชาลี) 찰리 씨는 무엇을 하고 있습니까?

→

B: (ตกปลา, แม่น้ำ) 찰리 씨는 강에서 낚시하고 있습니다.

→

추가 단어

ร้านขนมปัง	빵집	ล้างจาน	설거지하다
ว่ายน้ำ	수영하다	สระว่ายน้ำ	수영장
ประชุม	회의하다	บริษัท	회사
ตกปลา	낚시하다		

7. อ่านเรื่องต่อไปนี้และเลือกคำที่เหมาะสมเติมลงในช่องว่าง

다음을 읽고 빈칸에 알맞은 낱말을 골라 쓰시오.

อยู่	กับ	ช้าง	บน	ใกล้
ไป	ที่	กิน	ภาคกลาง	กับ

อยุธยาอยู่ที่________ของประเทศไทยและอยู่________กับกรุงเทพฯ

ตอนเช้าฉัน________เพื่อนพบกัน________สถานีรถไฟ เราขึ้นรถไฟ________

อยุธยา เรา________ขนมกัน________รถไฟ เราไปดู________ที่อยุธยา

ฉัน________เพื่อนสนุกมาก

추가 단어

ตอนเช้า	아침	พบ	만나다
ขึ้น	타다	ดู	보다
สนุก	재미있다		

บทที่ 5

วันนี้อากาศดี

오늘은 날씨가 좋습니다.

어휘

บ่ายนี้	오늘 오후	เวลา	시간
ว่าง	비다, 한가하다	ทำไม	왜
อากาศ	날씨	ดี	좋다
อยาก	~고 싶다	ปั่นจักรยาน	자전거를 타다
ก็	~도	เหมือนกัน	마찬가지다
งั้น	(접속사)그렇다면	หลัง	(접속사)~(으)ㄴ 후에
กิน	먹다	ข้าวกลางวัน	점심 식사
ตกลง	동의하다	ทำ	하다, 만들다
แถวนี้	이 근처, 이 부근	มา	오다
ซื้อ	사다	ดอกไม้	꽃
สวย	예쁘다	น่า	~(ㅇ)ㄹ 만하다, ~스럽다
มาก	매우	เลย	완전, 그래서
เสร็จ	끝내다	ทานข้าว	식사하다
ต่อ	계속하다, 이어지다	ด้วยกัน	같이

대화문 A

นิดา บ่ายนี้ คุณมีเวลาว่างไหมคะ

오늘 오후에 시간 있으세요?

พาที มีครับ ทำไมครับ

네 있어요, 왜요?

นิดา วันนี้ อากาศดีมาก เลยอยากไปปั่นจักรยานค่ะ

오늘 날씨가 아주 좋아서 자전거 타러 가고 싶어요.

พาที ดีครับ ผมก็อยากปั่นจักรยานเหมือนกันครับ

좋아요. 저도 마찬가지로 자전거를 타고 싶어요.

นิดา งั้นไปหลังกินข้าวกลางวันไหมคะ

그럼, 점심 식사하고 나서 갈까요?

พาที ตกลงครับ

좋습니다.

문법설명 A

1. 상태동사 술어문

คนนั้น**ใจดี**	그 사람은 친절하다.
ดอกไม้**สวย**	꽃이 예쁘다.
กระโปรงตัวนี้**สวย**	이 치마는 예쁘다.
กระเป๋า**สวย**ราคาแพง	예쁜 가방은 값이 비싸다.

추가 단어

ใจดี	친절하다	กระโปรง	치마
ตัว	벌(분류사)	ราคา	값, 가격

2. 희망 표현 อยาก

อยากไปเที่ยวทะเล	바다에 놀러 가고 싶다.
อยากมีเพื่อนชาวต่างชาติ	외국인 친구를 갖고 싶다.
ไม่**อยาก**ไปห้องสมุด	도서관에 가고 싶지 않다.

추가 단어

ไปเที่ยว	놀러 가다	ทะเล	바다
ชาวต่างชาติ	외국인	ห้องสมุด	도서관

3. 미래시상 조동사 จะ

เขา**จะ**ไปไหน	그는 어디에 가려고 합니까?
เขา**จะ**กลับบ้าน	그는 집에 갈(귀가할) 것입니다.
ดิฉัน**จะ**ไปห้องน้ำ	나는 화장실 갈 것이다.
พรุ่งนี้ผม**จะ**ไม่มา	내일 나는 안 올 것이다.

☑ 추가 단어

ห้องน้ำ	화장실	พรุ่งนี้	내일

4. 인과의 접속사 เลย

ดิฉันไม่มีเงิน**เลย**ไม่ซื้อกระเป๋า	나는 돈이 없어서 가방을 안 샀다.
ผมไม่เข้าใจ**เลย**เบื่อ	나는 이해를 못해서 지루했다.
วันนี้อากาศไม่ดี**เลย**อยากอยู่บ้าน	오늘 날씨가 안 좋아서 집에 있고 싶다.

☑ 추가 단어

เงิน	돈	เข้าใจ	이해하다
เบื่อ	지루하다		

5. 조건의 접속사 งั้น

A : บ่ายนี้คุณว่างไหมคะ	오늘 오후에 시간 있어요?
B : ไม่ว่างครับ เย็นนี้ว่างครับ	아니요, 시간 없어요. 오늘 저녁에 시간 있어요.
A : **งั้น**เย็นนี้มาที่บ้านของดิฉันไหมคะ มีปาร์ตี้ค่ะ	그렇다면 오늘 저녁에 우리 집에 오실래요? 파티가 있어요.

☑ 추가 단어

เย็น	저녁	ปาร์ตี้	파티

6. ~(으)ㄴ 후에 หลัง

กินผลไม้**หลัง**กินข้าว	밥을 먹은 후에 과일을 먹습니다.
หลังอาบน้ำผมกินข้าวเช้า	샤워를 한 후에 저는 아침을 먹습니다.
ผมล้างมือ**ก่อน**กินข้าว	저는 밥을 먹기 전에 손을 씻습니다.

☑ 추가 단어

ผลไม้	과일	อาบน้ำ	샤워를 하다
ล้างมือ	손을 씻다		

☑ 보충 어휘: อากาศ 날씨

หนาว	춥다	ร้อน	덥다
เย็น	차갑다, 시원하다	อุ่น	따뜻하다
แย่	나쁘다	ฝนตก	비가 내리다
หิมะตก	눈이 내리다	ลมแรง	바람이 세다

대화문 B

พาที สวัสดีครับ คุณนิดา มาทำอะไรแถวนี้ครับ

안녕하세요, 니다 씨. 이 근처에는 무슨 일로 오셨어요?

นิดา มาซื้อดอกไม้กับเพื่อนค่ะ

친구하고 꽃을 사러 왔어요.

พาที ดอกไม้สวยไหมครับ

꽃이 예뻤어요?

นิดา สวยค่ะ น่าซื้อมากเลยค่ะ

예뻤어요. 매우 살 만 했어요.

พาที ซื้อดอกไม้แล้ว จะไปไหนต่อครับ

꽃 다 샀는데, 어디로 갈 거예요?

นิดา จะไปทานข้าวค่ะ ไปด้วยกันไหมคะ

밥 먹으러 갈 거예요. 같이 가실래요?

문법설명 B

1. มา/ไป + 동사

มาดูหนังกับเพื่อน	친구와 영화 보러 오다.
มาหาเพื่อน	친구를 보러오다.
ไปออกกำลังกาย	운동하러 가다.
ไปเรียน	수업하러 가다.

✓ 추가 단어

ดูหนัง	영화를 보다	หา	찾다, 찾아보다

2. น่า + 동사

ตุ๊กตาน่ารัก	인형이 귀엽다, 사랑할 만하다, 사랑스럽다
บ้านน่าอยู่	집이 지낼 만하다.
หนังสือน่าสนใจ	책이 관심을 가질 만하다, 흥미롭다
อาหารน่าอร่อย	음식이 맛있을 만하다, 맛있어 보이다
หนังผีน่ากลัว	귀신 영화가 무서워할 만하다, 무섭다

✓ 추가 단어

ตุ๊กตา	인형	สนใจ	관심 있다
รัก	사랑하다	ผี	귀신

3. 청유형 표현 ด้วยกันไหม

ไปดื่มกาแฟ**ด้วยกันไหม**	같이 커피 마시러 갈래요?
ไปอ่านหนังสือ**ด้วยกันไหม**	같이 책 읽으러 갈래요?
ไปเที่ยว**ด้วยกันไหม**	같이 놀러 갈래요?

추가 단어

ดื่ม	마시다	กาแฟ	커피

4. 선행 및 후행을 나타내는 표현 แล้ว

กินข้าวเสร็จ**แล้ว**ไปทำงาน	밥을 먹고 나서 일하러 갑니다.
ทำการบ้านเสร็จ**แล้ว**เล่นเกม	숙제를 다하고 나서 게임을 합니다.
เรียนเสร็จ**แล้ว**ไปเดินเล่น	수업이 끝나고 나서 산책을 갑니다.

추가 단어

เล่นเกม	게임을 하다	เดินเล่น	산책하다

보충 어휘

น่าอ่าน	읽을 만하다	น่าขับ	운전할 만하다
น่านั่ง	앉을 만하다, 탈 만하다	น่าไป	갈 만하다
น่าเที่ยว	놀 만하다	น่าฟัง	들을 만하다
น่าเรียน	배울 만하다	น่าใช้	사용할 만하다

แบบฝึกหัด **연습**

1. ตอบคำถามต่อไปนี้เป็นประโยคบอกเล่า

다음 질문에 긍정문으로 답하시오.

> **보기**
>
> ♀: บ่ายนี้ คุณมีเวลาว่างไหมคะ
>
> ♂: มีครับ

1) ♀ : คุณชอบประเทศไทยไหมคะ

♂ : ______________________________

2) ♂: คุณแม่อยู่ที่บ้านไหมครับ

♀ : ______________________________

3) ♂: อาจารย์สอนภาษาไทยไหมครับ

♀ : ______________________________

4) ♀ : น้องสาวไปออกกำลังกายไหมคะ

♂ : ______________________________

5) ♀ : คุณหิวไหมคะ

♂ : ______________________________

2. แต่งประโยคให้สมบูรณ์โดยใช้คำต่อไปนี้

주어진 단어들을 사용하여 문장을 완성하시오.

ว่าง	สวย	สูง	ดี	แพง	ยาก

보기 วันนี้ดิฉันว่าง

1) วันนี้อากาศ________

2) น้องสาวของเขา________

3) ภาษาไทย________

4) มือถือของผม________

5) นัมซันทาวเวอร์________

3. เรียงคำต่อไปนี้ให้เป็นประโยคภาษาไทยที่ถูกต้อง

다음 단어들을 배열하여 문장을 만드시오.

> **보기** 자전거를 타고 싶다.
> จักรยาน / ปั่น / อยาก → อยากปั่นจักรยาน

1) 영화를 보고 싶다.

อยาก / หนัง / ดู → ______________________

2) 과자를 먹고 싶다.

กิน / ขนม / อยาก → ______________________

3) 친구 집에 가고 싶다.

บ้านเพื่อน / ไป / อยาก → ______________________

4) 책을 읽고 싶어요.

หนังสือ / อยาก / อ่าน → ______________________

5) 텔레비전을 보고 싶어요.

ดู / ทีวี / อยาก → ______________________

4. ดูรูปแล้วตอบคำถามโดยเลือกคำใน ( ) ที่ถูกต้อง
그림을 보고 ( )에 알맞은 표현을 찾아 질문에 답하시오.

1)

A : คุณจะไปไหน

B : ดิฉันจะ ________________

(ไปเดินเล่น / ไปดื่มกาแฟ)

2)

A : คุณจะไปไหน

B : ผมจะ ________________

(ไปปั่นจักรยาน / ไปเดินเล่น)

3)

A : คุณจะไปไหน

B : ดิฉันจะ ________________

(ไปโรงเรียน / ไปตลาด)

4)

A : คุณจะไปไหน

B : ผมจะ ________________

(ไปอ่านหนังสือ / ไปกินข้าว)

5)

A : คุณจะไปไหน

B : ดิฉัน ________________

(ไปเรียน / ไปดูหนัง)

5. จับคู่คำที่เหมาะสมเพื่อแต่งประโยคที่ใช้คำเชื่อม "เลย"

알맞은 것끼리 연결하여 "เลย"를 이용하는 문장을 만드시오.

1) ไม่มีเงิน		a) เบื่อ
2) ไม่เข้าใจ		b) อยากอยู่บ้าน
3) อากาศหนาว	เลย	c) อยากไปกินข้าว
4) หิว		d) ไม่ซื้อของ
5) เสื้อสวย		e) อยากซื้อ

✓ 추가 단어

ของ	물건	หิว	배고프다

6. อ่านประโยคต่อไปนี้และใส่เครื่องหมาย ✔ ที่ประโยคที่ถูกและเครื่องหมาย ✖ ที่ประโยคที่ผิด

다음을 읽고 본문에 알맞으면 ✔, 틀리면 ✖를 표기하시오.

1) 밥을 먹은 후에 약을 먹습니다.
กินยาหลังกินข้าว (   )

2) 샤워를 한 후에 밥을 먹습니다.
อาบน้ำหลังกินข้าว (   )

3) 밥을 먹기 전에 손을 씻습니다.
ล้างมือก่อนกินข้าว (   )

4) 집에 가기 전에 친구를 만납니다.

กลับบ้านก่อนเจอเพื่อน (   )

5) 운동을 한 후에 샤워를 합니다.

อาบน้ำหลังออกกำลังกาย (   )

✅ 추가 단어

ยา 약

7. เลือกคำใน(   ) ที่ถูกต้องเพื่อทำให้ประโยคสมบูรณ์

(   )에 있는 알맞은 단어를 골라 문장을 완성하시오.

1) ขนมน่า (ดู / กิน)

2) หนังน่า (ไป / ดู)

3) หนังสือน่า (อ่าน / มา)

4) บ้านน่า (เรียน / อยู่)

5) หมาน่า (เขียน / รัก)

✅ 추가 단어

หมา 강아지, 개

8. ใช้คำที่กำหนดให้แต่งประโยคเชื้อเชิญ

주어진 어구들을 이용하여 권유문을 만드시오.

> **보기** ดูหนังเสร็จ / ไปกินข้าว = ดูหนังเสร็จแล้วไปกินข้าวกันดีไหม

1) เรียนเสร็จ / ดื่มกาแฟ = ______________________

2) ทำการบ้านเสร็จ / ดูทีวี = ______________________

3) กินข้าวเสร็จ / ไปซื้อของ = ______________________

4) ซื้อของเสร็จ / กลับบ้าน = ______________________

5) ทำงานบ้านเสร็จ / ไปเดินเล่น = ______________________

추가 단어

ทีวี	TV

9. ดูรูปแล้วแต่งประโยคคำตอบโดยใช้คำต่อไปนี้

그림을 보고 주어진 단어들을 사용하여 질문에 답하는 문장을 만드시오.

ไปเดินเล่น	ไปดูหนัง	ไปออกกำลังกาย	ไปอ่านหนังสือ	ไปสอนภาษาไทย

보기

♀ : จะไปไหนคะ

♀ : จะไปเรียนค่ะ

1)

♀ : จะไปไหนคะ

♀ : ______________________

2)

♂ : จะไปไหนครับ

♂ : ______________________

3)

♀ : จะไปไหนคะ

♂ : ______________________

4)

♂ : จะไปไหนครับ

♀ : ______________________

5)

♂ : จะไปไหนครับ

♀ : ______________________

10. เลือกคำที่ขีดเส้นใต้ที่สะกดผิดและแก้ไขให้ถูกต้อง

밑줄 친 부분 중 철자가 틀린 것을 찾아 올바르게 고치시오.

1) ดูหนังเสร็จแล้วจะไป**ไหน**ครับ → ไหน

2) คุณพัดชามาทำอะไรแถวนี่ครับ → ______________

3) อยากไปเดินเล่นที่สวนสาธารณะคะ → ______________

4) วันนี้คุณมีเวละว่างไหมคะ → ______________

5) ผมก้ออยากเดินเล่นเหมือนกันครับ → ______________

✓ 추가 단어

สวนสาธารณะ 공원

บทที่ 6

ดิฉันกำลังเรียนภาษาไทย

저는 태국어를 배우고 있습니다.

어휘

กำลัง...อยู่	~고 있다	ทำอาหาร	요리를 하다
อาหารเกาหลี	한국 음식	ภาษาไทย	태국어
เพราะว่า	왜냐하면 …때문이다	เรียน	배우다
มหาวิทยาลัย	대학교	ยาก	어렵다
แต่	(접속사)그러나	สนุก	재미있다
คุย	이야기하다	ทุกวัน	매일

대화문 A

พาที คุณพัดชากำลังทำอะไรอยู่ครับ

팟차 씨 지금 뭐 하고 계세요?

พัดชา ดิฉันกำลังทำอาหารอยู่ค่ะ

저는 요리를 하고 있어요.

พาที ทำอาหารอะไรอยู่ครับ

무슨 요리를 하는 중이었어요?

พัดชา ทำอาหารเกาหลีอยู่ค่ะ

한국 요리를 하고 있어요.

เพราะว่าเย็นนี้มีปาร์ตี้ที่บ้านค่ะ

오늘 저녁에 집에 파티가 있기 때문이에요.

문법설명 A

1. 진행조동사 กำลัง ~ อยู่

คุณ**กำลัง**ทำอะไร**อยู่**	당신은 무엇을 하고 있습니까?
ผม**กำลัง**ร้องเพลง**อยู่**	저는 노래를 부르고 있습니다.
ดิฉัน**กำลัง**ฟังเพลง**อยู่**	저는 음악을 듣고 있습니다.
อาจารย์**กำลัง**สอน**อยู่**	교수님은 강의를 하고 계십니다.

☑ 추가 단어

เพลง	노래, 음악	ร้อง	(노래) 부르다

2. 인과 접속사 เพราะ(ว่า)

พัดชาอ่านหนังสือ**เพราะ(ว่า)**พรุ่งนี้มีสอบ

내일 시험이 있어서 팟차는 공부합니다.

พรุ่งนี้มีสอบพัดชา**จึง**อ่านหนังสือ

내일 시험이 있다. 그래서 팟차는 공부합니다.

เพราะ(ว่า)พรุ่งนี้มีสอบพัดชาจึงอ่านหนังสือ

내일 시험이 있기 때문에 (그래서) 팟차는 공부합니다.

เขาเรียนภาษาอังกฤษ**เพราะ**เขาจะไปทำงานที่ประเทศอเมริกา

그는 미국에 일하러 가기 때문에 영어를 배운다.

เขาจะไปทำงานที่ประเทศอเมริกา (เขา)**จึง**เรียนภาษาอังกฤษ

그는 미국에 일하러 간다. 그래서 영어를 배운다.

เพราะเขาจะไปทำงานที่ประเทศอเมริกา (เขา)**จึง**เรียนภาษาอังกฤษ

그는 미국에 일하러 가기 때문에(그래서) 영어를 배운다.

✓ 추가 단어

สอบ	시험, 시험을 보다	อ่านหนังสือ	책을 읽다, 공부하다

3. 태국어의 전성명사 : การ + 동사

การ + พูด (말하다) → การพูด (말하기)

การ + ฟัง (듣다) → การฟัง (듣기)

การ + เรียน (배우다) → การเรียน (배우기)

การ + นอน (잠을 자다) → การนอน (잠자기)

✓ 추가 단어

พูด	말하다	นอน	잠을 자다

보충 어휘

อาหารไทย	태국 음식	อาหารจีน	중국 음식
อาหารญี่ปุ่น	일본 음식	อาหารฝรั่ง	서양 음식
อาหารว่าง	간식	อาหารนอกบ้าน	외식

대화문 B

พาที คุณพัดชากำลังเรียนภาษาไทยอยู่ใช่ไหมครับ

팟차 씨 태국어 배우고 있는 중이죠?

พัดชา ใช่ค่ะ ดิฉันกำลังเรียนภาษาไทยที่มหาวิทยาลัยค่ะ

네, 저는 지금 대학교에서 태국어를 배우고 있어요.

พาที ภาษาไทยเรียนยากไหมครับ

태국어 배우기가 어려워요?

พัดชา เรียนยากมาก แต่สนุกค่ะ

배우기가 아주 어려워요. 하지만 재미있어요.

พาที เรียนทุกวันไหมครับ

매일 배웁니까?

พัดชา ไม่ค่ะ แต่คุยกับเพื่อนคนไทยทุกวันค่ะ

아니요. 그렇지만 매일 태국인 친구와 이야기해요.

문법설명 B

1. 동사의 수식 : 동사+부사

เล่มเกม**สนุกมาก**	게임을 하는 것이 매우 재미있다.
อาจารย์**พูดเร็ว**	교수님은 빨리 말씀하신다.
น้องสาว**เดินช้า**	여동생은 천천히 걷는다.

☑ 추가 단어

เร็ว	빨리	น้องสาว	여동생
เดิน	걷다	ช้า	천천히

2. 역접 접속사 แต่ (그러나, 하지만)

เรียนภาษาไทยยาก**แต่**สนุกมาก	태국어를 배우는 것은 어렵지만 아주 재미있습니다.
ดิฉันมีปากกา**แต่**ไม่มีดินสอ	나는 볼펜이 있습니다. 하지만 연필은 없습니다.
สามีเป็นคนเกาหลี **แต่**ภรรยาเป็นคนไทย	남편은 한국 사람인데 아내는 태국 사람입니다.

☑ 추가 단어

ปากกา	볼펜	ดินสอ	연필
สามี	남편	ภรรยา	아내

3. ทุก/หลาย/บาง + 분류사

ทุกวัน(매일), ทุกสัปดาห์(매주), ทุกเดือน(매월), ทุกปี(매년), ทุกชั่วโมง(매시간)

นักเรียน**ทุก**คนตั้งใจเรียน	모든 학생들이 열심히 공부한다.
นักเรียน**หลาย**คนไม่เข้าใจ	여러 학생들은 이해하지 못한다.
นักเรียน**บาง**คนไม่มา	일부 학생들은 안 왔다.

✔ 추가 단어

ตั้งใจ 열심히

✔ 보충 어휘

โรงเรียนประถม	초등학교	โรงเรียนมัธยม	중등학교
โรงเรียนมัธยมต้น	중학교	โรงเรียนมัธยมปลาย	고등학교
โรงเรียนอนุบาล	유치원	นักเรียน	학생
นักศึกษา	대학생	คุณครู	선생님, 교사
อาจารย์	교수님	ง่าย	쉽다

แบบฝึกหัด 연습

1. แต่งประโยคให้สมบูรณ์โดยใช้คำต่อไปนี้

주어진 단어들을 사용하여 문장을 완성하시오.

เร็ว	ช้า	สนุก	มาก	อร่อย	**สวย**

1) คุณครูเขียนภาษาไทยสวย

2) ม้าวิ่ง________

3) คุณปู่เดิน________

4) คุณแม่ทำอาหาร________

5) ดูหนัง________

6) วันนี้อากาศร้อน________

2. ใช้คำต่อไปนี้แต่งประโยคภาษาไทยโดยใช้คำเชื่อม "แต่"
"แต่"를 이용하여 다음 문장들을 연결하시오.

보기 ผมดื่มกาแฟ / เขาดื่มน้ำ → ผมดื่มกาแฟแต่เขาดื่มน้ำ

1) ดิฉันอยากอ่านหนังสือ / น้องชายอยากดูทีวี

→ ______

2) ประเทศไทยอากาศร้อน / ประเทศเกาหลีอากาศหนาว

→ ______

3) เขาเป็นคนจีน / เพื่อนของเขาเป็นคนญี่ปุ่น

→ ______

4) ผมจะกลับบ้าน / เขาจะไปซื้อของ

→ ______

5) คุณพ่อชอบฟังเพลงไทย / คุณแม่ชอบฟังเพลงฝรั่ง

→ ______

3. อ่านและแต่งประโยคโดยใช้ "ทุก", "หลาย", "บาง"

다음을 읽고 빈칸에 "ทุก", "หลาย", "บาง"을 넣어 문장을 완성하시오.

보기　모든 학생들이 열심히 공부한다.　นักเรียน ทุก คนตั้งใจเรียน

1) 어머니는 매일 요리를 하신다.

คุณแม่ทำอาหาร______วัน

2) 나는 외국인 친구 여러 명이 있다.

ดิฉันมีเพื่อนต่างชาติ______คน

3) 오늘 일부 친구가 안 왔다.

วันนี้เพื่อน______คนไม่มา

4) 동생은 매주 영어를 배운다.

น้องเรียนภาษาอังกฤษ______สัปดาห์

5) 아버지는 매월 할아버지, 할머니 댁에 가신다.

คุณพ่อไปบ้านคุณปู่คุณย่า______เดือน

4. ดูรูปแล้วตอบคำถามโดยเลือกคำใน(   ) ที่ถูกต้อง

그림을 보고 (   )에 있는 알맞은 말을 골라 질문에 답하는 문장을 만드시오.

1)

A : คุณกำลังทำอะไรอยู่

B : ผมกำลัง ______________________ อยู่

(ดูทีวี / อาบน้ำ)

2)

A : คุณกำลังทำอะไรอยู่

B : ผม ______________________

(ร้องเพลง / เล่นเกม)

3)

A : คุณกำลังทำอะไรอยู่

B : ดิฉัน ______________________

(เรียน / ฟังเพลง)

4)

A : คุณกำลังทำอะไรอยู่

B : ผม ______________________

(นอน / กินข้าว)

5)

A : คุณกำลังทำอะไรอยู่

B : ผม ______________________

(เดินเล่น / เล่นเกม)

5. จับคู่ประโยคที่เหมาะสมเพื่อแต่งประโยคที่ใช้คำเชื่อม "เพราะว่า"
알맞은 것끼리 연결하여 "เพราะว่า"를 이용하는 문장을 만드시오.

1) เขาอ่านหนังสือ •		• a) ไม่มีเงิน
2) เขาเรียนภาษาไทย •		• b) อาจารย์พูดเร็ว
3) เขาอยากไปกินข้าว •	เพราะว่า	• c) อยากไปประเทศไทย
4) เขาไม่เข้าใจ •		• d) มีสอบ
5) เขาไม่ซื้อกระเป๋า •		• e) หิว

6. อ่านประโยคต่อไปนี้และใส่เครื่องหมาย ✔ ที่ประโยคที่ถูกและเครื่องหมาย ✖ ที่ประโยคที่ผิด
다음을 읽고 본문에 알맞으면 ✔, 틀리면 ✖를 표기하시오.

1) 당신은 태국어를 배우고 있는 중이죠?
คุณกำลังเรียนภาษาจีนอยู่ใช่ไหมครับ (　　)

2) 저는 지금 대학교에서 태국어를 배우고 있어요.
ดิฉันกำลังเรียนภาษาไทยที่มหาวิทยาลัยค่ะ (　　)

3) 태국어 배우기가 아주 어려워요. 하지만 재미있어요.
ภาษาไทยเรียนไม่ยาก แต่สนุกค่ะ (　　)

4) 당신은 영어를 매일 배웁니까?
คุณเรียนภาษาอังกฤษหลายวันไหมครับ (　　)

5) 매일 외국인 친구와 이야기해요.
ดิฉันคุยกับเพื่อนต่างชาติทุกวันค่ะ (　　)

7. ตอบคำถามต่อไปนี้เป็นประโยคปฏิเสธโดยใช้คำใน (　　)

(　)에 있는 단어를 이용하여 다음 질문에 부정문으로 답하시오.

> **보기** ♀: วันนี้คุณมีเรียนไหมคะ (พรุ่งนี้มี)
>
> ♂: ไม่มีครับ แต่พรุ่งนี้มีครับ

1) ♀ : ภาษาไทยเรียนง่ายไหมคะ (สนุก)

♂ : ______

2) ♂ : คุณแม่อยู่ที่บ้านไหมครับ (คุณพ่ออยู่)

♀ : ______

3) ♂ : คุณชอบร้องเพลงไหมครับ (ชอบฟังเพลง)

♀ : ______

4) ♀ : คุณมีน้องสาวไหมคะ (มีพี่สาว)

♂ : ______

5) ♀ : คุณแม่มาไหมคะ (คุณพ่อมา)

♂ : ______

8. เลือกคำที่ขีดเส้นใต้ที่สะกดผิดและแก้ไขให้ถูกต้อง

밑줄 친 부분 중 철자 틀린 것을 찾아 맞게 고치시오.

1) คุณกำลังทำอ่ะไรอยู่ครับ → อะไร

2) ดิฉันกำลังทำกานบ้านภาษาไทยอยู่ค่ะ → ________

3) คุณครูอ่านหนังซืออะไรอยู่คะ → ________

4) คุณชอบเรียนการเขียนภาษาไทยไหม่คะ → ________

5) พรุ่งนี้มีเรียนการพูดภาสาจีนค่ะ → ________

9. อ่านเรื่องต่อไปนี้และเลือกคำที่เหมาะสมเติมลงในช่องว่าง

다음을 읽고 빈칸에 알맞은 낱말을 골라 쓰시오.

แต่	กำลัง	การ

มีนา________เรียนภาษาไทยที่มหาวิทยาลัย ภาษาไทยสนุกมาก________เรียนยาก เธอไม่ได้เรียนภาษาไทยทุกวันแต่อ่านหนังสือทุกวัน มีนากำลังอ่านหนังสือภาษาไทยอยู่ เพราะว่าพรุ่งนี้มีนามีสอบ________อ่านภาษาไทย

MEMO

บทที่ 7

มังคุดราคาเท่าไร

망고스틴은 얼마입니까?

어휘

ป้า	아주머니, 숙모, 고모	มังคุด	망고스틴
กิโล	킬로그램(กิโลกรัม, กก.)	ละ	~당/생략하다
เท่าไร	얼마	บาท	밧(태국 화폐)
แล้ว	그럼, 그러면	มะม่วง	망고
ขาย	팔다	ยังไง	어떻게(อย่างไร의 축약형)
ลูก	(과일)~ 개(분류사)	โห	아이고, 저런(감탄사)
แพง	비싸다	จัง	매우, 아주
เลย	지나치다, 매우	หรอก	전혀
หวาน	달다	นะ	어조사(어투를 부드럽게 하거나 명령, 청유 등의 화법을 나타내기도 함)
ขอ	~를 주세요, ~게 해주세요	เชิญ	어서, 초대하다
กางเกง	바지	สี	색, 색상
ขาว	하얗다, 하얀	ลอง	시도하다, ~해보다

ได้	~(으)ㄹ 수 있다(가능)	ใส่	입다
พอดี	딱 맞다, 마침	ลด	깎다, 줄이다
ก็แล้วกัน	~기로 하다, ~로 하자		

대화문 A

พาที คุณป้าครับ มังคุดกิโลละเท่าไรครับ

아주머니 망고스틴 킬로당 얼마예요?

แม่ค้า หนึ่งร้อยบาทค่ะ

100밧이에요.

พาที แล้วมะม่วงล่ะครับ ขายยังไงครับ

망고는요? 어떻게 팔아요?

แม่ค้า ลูกละยี่สิบห้าบาทค่ะ ห้าลูกร้อยบาทค่ะ

개당 25밧이에요. 다섯 개에 백 밧이에요.

พาที โห แพงจังเลยครับ

아이고, 너무 비싸네요.

แม่ค้า ไม่แพงหรอกค่ะ หวานมากนะคะ

전혀 비싸지 않아요. 아주 달아요.

พาที โอเคครับ งั้น ขอมะม่วงห้าลูกครับ

알겠어요. 그럼 망고 다섯 개 주세요.

문법설명 A

1. 요청의 동사 ขอ

ขอข้าวครับ	밥 주세요.
ขอโค้กหน่อยค่ะ	콜라 좀 주세요.
ขอนั่งด้วยนะคะ	(저도) 같이 앉을게요.
ขอชิมหน่อยครับ	(제가) 맛 좀 볼게요.

✔ 추가 단어

ข้าว	밥	โค้ก	콜라
นั่ง	앉다	ชิม	맛보다

2. 태국어의 수사

	태국어 숫자	태국어	숫자	태국어 숫자	태국어
1	๑	หนึ่ง	2	๒	สอง
3	๓	สาม	4	๔	สี่
5	๕	ห้า	6	๖	หก
7	๗	เจ็ด	8	๘	แปด
9	๙	เก้า	10	๑๐	สิบ
11	๑๑	สิบเอ็ด	12	๑๒	สิบสอง
20	๒๐	ยี่สิบ	30	๓๐	สามสิบ
99	๙๙	เก้าสิบเก้า	100	๑๐๐	ร้อย
1,000	๑,๐๐๐	พัน	10,000	๑๐,๐๐๐	หมื่น
100,000	๑๐๐,๐๐๐	แสน	1,000,000	๑,๐๐๐,๐๐๐	ล้าน

หนึ่ง	(일, 하나)	**ที่**หนึ่ง	(첫 번째)
ร้อยยี่สิบ	(백이십)	คน**ที่**ร้อยยี่สิบ	(백이십 번째 사람)

3. 태국어의 분류사

นักเรียนหนึ่ง**คน**	학생 한 명
วัวสอง**ตัว**	소 두 마리
หนังสือสี่**เล่ม**	책 네 권

☑ 추가 단어

วัว　　소

4. 부사 เลย

หวานมาก**เลย**	매우 달다.
ง่ายจัง**เลย**	아주 쉽다.
ไม่สนุก**เลย**	전혀 재미없다.
ไม่เข้าใจ**เลย**	전혀 이해 못 한다.

☑ 추가 단어

ง่าย　　쉽다

보충 어휘: ผลไม้ 과일

ทุเรียน	두리안	มังคุด	망고스틴
องุ่น	포도	ลำไย	용안
สับปะรด	파인애플	กล้วย	바나나
ส้ม	귤, 오렌지	มะละกอ	파파야
ฝรั่ง	구아바	ชมพู่	로즈애플
แตงโม	수박	ขีด	100그램
ชิ้น	조각	ถุง	봉지
เปรี้ยว	시다	ขม	쓰다
เค็ม	짜다	เผ็ด	맵다
จืด	싱겁다	สด	신선하다, 싱싱하다

대화문 B

พนักงาน เชิญครับ

어서 오십시오.

นิดา กางเกงตัวนี้ ราคาเท่าไรคะ

이 바지 가격이 얼만가요?

พนักงาน ตัวละ 750 บาทครับ

한 벌에 750밧입니다.

นิดา มีสีขาวไหมคะ

흰색 있어요?

พนักงาน มีครับ ลองได้นะครับ

있어요. 입어 보셔도 됩니다.

นิดา ใส่ได้พอดีเลย ลดได้ไหมคะ

딱 맞네요. 깎아 줄 수 있어요?

พนักงาน งั้น 700 บาทก็แล้วกันนะครับ

그럼 700밧으로 하시죠.

นิดา ขอบคุณมากค่ะ

감사합니다.

문법설명 B

1. 태국어 분류사(추가)

분류사	뜻	예시	예시
คน	명, 사람	คนไทย 2 คน 태국 사람 2명	คนไทยคนนี้ 이 태국 사람
ท่าน	분	อาจารย์ 2 ท่าน 교수님 2분	อาจารย์ท่านนี้ 이 교수님
ตัว	마리, (옷) 벌	หมู 2 ตัว 돼지 2마리	หมูตัวนี้ 이 돼지
เล่ม	권, (작은 칼, 양초) 개	หนังสือ 2 เล่ม 책 2권	หนังสือเล่มนี้ 이 책
ด้าม	자루(펜, 볼펜, 칼)	ปากกา 2 ด้าม 펜 2자루	ปากกาด้ามนี้ 이 펜
แท่ง	자루(연필, 막대)	ดินสอ 2 แท่ง 연필 2자루	ดินสอแท่งนี้ 이 연필
คัน	(차) 대, (우산, 숟가락, 포크)개	รถ 2 คัน 자동차 2대	รถคันนี้ 이 자동차
เครื่อง	대(기계)	ตู้เย็น 2 เครื่อง 냉장고 2대	ตู้เย็นเครื่องนี้ 이 냉장고
คู่	짝, 쌍, 켤레	รองเท้า 2 คู่ 신발 2켤레	รองเท้าคู่นี้ 이 신발
ต้น	(나무) 그루	ต้นไม้ 2 ต้น 나무 2그루	ต้นไม้ต้นนี้ 이 나무
ดอก	(꽃) 송이	ดอกไม้ 2 ดอก 꽃 2송이	ดอกไม้ดอกนี้ 이 꽃

ลูก	(공, 과일) 개	มะนาว 2 ลูก 라임 2개	มะนาวลูกนี้ 이 라임
หลัง	(집) 채	บ้าน 2 หลัง 집 2채	บ้านหลังนี้ 이 집
ลำ	(비행기, 배) 대	เครื่องบิน 2 ลำ 비행기 2대	เครื่องบินลำนี้ 이 비행기
อัน	것, 개	ยางลบ 2 อัน 지우개 2개	ยางลบอันนี้ 이 지우개

2. 태국어 가능 표현 ได้

เขาพูดภาษาไทย**ได้** 그는 태국어를 할 수 있다.

เขาพูดภาษาจีนไม่**ได้** 그는 중국어를 못 한다.

วันนี้กินข้าวด้วยกัน**ได้**ไหม 오늘 같이 밥 먹을 수 있나요?

วันนี้กินข้าวด้วยกันไม่**ได้** 오늘 같이 밥 먹을 수 없어요.

3. 태국어 구문 ก็แล้วกัน

เจอกันบ่ายโมง**ก็แล้วกัน** 오후 한 시에 만나기로 하자.

ไปเย็นนี้**ก็แล้วกัน** 오늘 저녁에 가기로 하자.

งั้นซื้อปากกาสีน้ำเงิน**ละกัน** 그럼 파란색 볼펜을 사기로 하자.

보충 어휘

กางเกงยีนส์	청바지	สูท	양복
เดรส	드레스	รองเท้า	신발
ถุงเท้า	양말	ตุ้มหู/ ต่างหู	귀걸이
ถุงมือ	장갑	หมวก	모자
แว่นตา	안경	เข็มขัด	벨트, 허리띠
เนคไท	넥타이	สร้อยคอ	목걸이
นาฬิกา	시계	แหวน	반지

แบบฝึกหัด 연습

1. เขียนตัวเลขอารบิกต่อไปนี้เป็นเลขไทย

다음 아라비아숫자를 태국어 고유 숫자로 바꾸시오.

1) 10	๑๐	6) 53,000	
2) 26		7) 640,000	
3) 37		8) 7,220,000	
4) 450		9) 89,000,000	
5) 8,900		10) 123,000,000	

2. เขียนตัวเลขอารบิกต่อไปนี้เป็นคำอ่านภาษาไทย

다음 숫자를 태국어 표기로 쓰시오.

1) 9	เก้า	6) 860,000	
2) 21		7) 1,990,000	
3) 350		8) 55,000,000	
4) 1,200		9) 300,000,000	
5) 47,000		10) 7,500,000,000	

3. อ่านแล้วเลือกลักษณนามที่ถูกต้องเติมลงในช่องว่าง

다음을 읽고 알맞은 분류사를 찾아 빈칸에 쓰시오.

คู่	คัน	เครื่อง	หลัง	ด้าม	เล่ม	ลูก	ด้าม	แท่ง	อัน	ตัว

1) รองเท้า 1 คู่

2) แตงโมง 3 ______

3) มือถือ 3 ______

4) หนังสือ 5 ______

5) บ้าน 5 ______

6) รถ 3 ______

7) ยางลบ 1 ______

8) ดินสอ 1 ______

9) ปากกา 3 ______

10) ไก่ 3 ______

4. เรียงคำต่อไปนี้ให้เป็นประโยคภาษาไทยที่ถูกต้อง

다음 단어들을 배열하여 문장을 만드시오.

> **보기** 물 좀 주세요.
>
> ค่ะ / ขอ / น้ำ / หน่อย → ขอน้ำหน่อยค่ะ

1) 커피 주세요.

กาแฟ / ครับ / ขอ → ______________________

2) 과자 맛 좀 볼게요.

ชิม / ขนม / ขอ / หน่อย / นะคะ → ______________________

3) 바지를 좀 입어 보겠습니다.

กางเกง / หน่อย / ลอง /ขอ / ครับ → ______________________

4) 망고 1킬로 주세요.

1 กิโล / ขอ / มะม่วง / ค่ะ → ______________________

5) TV 좀 볼게요.

ดู / ทีวี / นะคะ / หน่อย / ขอ → ______________________

5. แต่งประโยคคำตอบโดยใช้คำต่อไปนี้

주어진 어구들을 사용하여 질문에 답하는 문장을 만드시오.

① เจอกันบ่ายสองโมง	② ไปพรุ่งนี้
③ ซื้อสีดำ	④ ดื่มโค้ก
⑤ ไปกับคุณพ่อ	

1) A : เจอกันกี่โมงดี

B : ____________________ ก็แล้วกัน

2) A : วันนี้ผมไม่ว่าง

B : งั้น ____________________ ก็แล้วกัน

3) A : คุณแม่ไปไม่ได้

B : งั้น ____________________ ก็แล้วกัน

4) A : ผมดื่มกาแฟไม่ได้

B : งั้น ____________________ ก็แล้วกัน

5) A : ซื้อปากกาสีอะไรดี

B : ____________________ ก็แล้วกัน

6. จับคู่คำที่เหมาะสมเพื่อแต่งประโยคที่ใช้คำขยาย “เลย”
알맞은 것끼리 연결하여 부사 “เลย”를 이용하는 문장을 만드시오.

1) มะม่วง	•	• a) แพงมาก	
2) เรียนภาษาไทย	•	• b) สนุกมาก	
3) เล่นเกม	•	• c) ไม่อร่อย	เลย
4) อาหาร	•	• d) หวานมาก	
5) รองเท้า	•	• e) ไม่เข้าใจ	

7. อ่านประโยคต่อไปนี้และใส่เครื่องหมาย ✔ ที่ประโยคที่ถูกและเครื่องหมาย ✖ ที่ประโยคที่ผิด
다음을 읽고 본문에 알맞으면 ✔, 틀리면 ✖를 표기하시오.

1) 아주머니 망고스틴 킬로당 얼마예요?
คุณลุงครับ มังคุดกิโลละเท่าไรครับ ( )

2) 망고는요? 얼마에 팔아요?
แล้วมะม่วงล่ะครับ ขายยังไงครับ ( )

3) 개당 35밧이에요. 세 개에 백밧이요.
ลูกละสามสิบห้าบาทค่ะ สี่ลูกร้อยบาทค่ะ ( )

4) 비싼 거 아녜요. 달고 맛있어요.
ไม่ถูกหรอกค่ะ หวานมากนะคะ ( )

5) 알겠어요. 그럼 망고 세 개 주세요.
โอเคครับ งั้น ผมขอมะม่วงสามลูกครับ ( )

8. เลือกคำใน(   ) ที่ถูกต้องเพื่อทำให้ประโยคสมบูรณ์

( )에 있는 알맞은 단어를 골라 문장을 완성하시오.

1) A : กางเกงตัวนี้ ราคา(เท่าไร / อะไร)คะ

B : 500 บาทครับ

2) A : แตงโมขายยังไงคะ

B : (ลูก / อัน)ละ 30 บาทครับ

3) A : มี(สี / สวย)ขาวไหมคะ

B : ไม่มีครับ

4) A : มีมังคุดไหมคะ

B : มีครับ (ลอง / ชิม)ได้นะครับ

5) A : ใส่ได้พอดีเลย (ลด / ซื้อ) ได้ไหมคะ

B : 450 บาทก็แล้วกันนะครับ

9. ใช้คำที่กำหนดให้แต่งบทสนทนา

주어진 낱말들을 이용하여 대화를 만드시오.

보기	พูด / ภาษาไทย	=	A : คุณพูดภาษาไทยได้ไหม
			B : พูดได้

1) ร้อง / เพลง = A : ____________

B : ____________

2) ทำ / อาหารเกาหลี = A : ____________

B : ____________

3) กิน / อาหารไทย = A : ____________

B : ____________

4) ขับ / รถ = A : ____________

B : ____________

5) เขียน / ภาษาไทย = A : ____________

B : ____________

10. อ่านเรื่องต่อไปนี้และเลือกคำที่เหมาะสมเติมลงในช่องว่าง

다음을 읽고 빈칸에 알맞은 낱말을 골라 쓰시오.

เพราะ แต่ ราคา จึง

สมศรีไปซื้อผลไม้ที่ตลาดทุกวันเพราะผลไม้สดและ ________ ไม่แพง วันนี้สมศรีจะซื้อมะม่วง ________ คุณพ่อคุณแม่ของสมศรีชอบทานมะม่วง ________ มะม่วงราคาแพงมากลูกละร้อยยี่สิบบาท ส่วนแตงโมราคาถูกมาก แตงโมลูกใหญ่ลูกละเจ็ดสิบบาท สมศรี ________ ไม่ซื้อมะม่วงแต่ซื้อแตงโมแทน

บทที่ 8

ตื่นนอน 7 โมงเช้าทุกวัน

매일 아침 일곱 시에 일어나요.

어휘

ตอนนี้	지금, 현재	กี่	몇
โมง	시	นัด	약속하다, 약속
รุ่นน้อง	후배	เที่ยง	열두 시, 정오
ครึ่ง	반, 절반	โรงอาหาร	학생 식당, 학교식당, 구내식당
ตื่น(นอน)	(잠에서)깨다, 일어나다	ออกกำลังกาย	운동하다
ทุกวัน	매일	ขยัน	부지런하다
ตั้งแต่	~부터(주로 시간적의미)	วันจันทร์	월요일
ถึง	도착하다, ~까지	วันศุกร์	금요일
ปกติ	보통, 대개, 정상의	เสาร์อาทิตย์	주말
ช่วย	돕다	จริง ๆ	진짜, 정말로

대화문 A

พาที ตอนนี้ กี่โมงครับ

지금 몇 시인가요?

นิดา สิบเอ็ดโมงค่ะ วันนี้ คุณพาทีมีเรียนไหมคะ

열한 시예요. 오늘 파티 씨 수업 있어요?

พาที ไม่มีครับ แต่มีนัดกับรุ่นน้อง

없어요. 그런데 후배와 약속이 있어요.

นิดา นัดรุ่นน้องกี่โมงคะ

후배랑 몇 시에 약속했어요?

พาที นัดรุ่นน้องเที่ยงครึ่งครับ

열두 시 반에 약속했어요.

นิดา นัดที่ไหนคะ

어디에서 (보기로) 약속했어요?

พาที หน้าโรงอาหารครับ

학생 식당 앞에서요.

문법설명 A

1. 의문사 กี่

ในห้องเรียนมีนักเรียนต่างชาติ**กี่**คน   교실에 외국인 학생 몇 명 있어요?

คุณมีรองเท้า**กี่**คู่   당신은 신발 몇 켤레 있습니까?

คุณตื่นนอน**กี่**โมง   당신은 몇 시에 일어납니까?

☑ 추가 단어

ต่างชาติ   외국

2. 태국어의 시간 표현

오전

오후

ตอนนี้กี่โมงคะ — 지금 몇 시입니까?

ตอนนี้ 9 โมง 15 นาทีค่ะ — 지금은 9시 15분입니다.

คุณมีนัดกับอาจารย์**ตอน**กี่โมงคะ — 당신은 교수님과 몇 시에 약속이 있습니까?

ผมจะพบอาจารย์**ตอน** 11 โมงครึ่งครับ — 저는 교수님과 11시 반에 만날 겁니다.

พรุ่งนี้จะอ่านหนังสือ 3 **ชั่วโมง** — 내일은 3시간 공부할 거야.

ขอเวลา 30 **นาที**นะคะ — 시간을 30분 주세요.

보충 어휘

กี่โมง	몇 시	กี่คน	몇 명
กี่วัน	며칠	กี่คืน	몇 박
กี่ชั่วโมง	몇 시간	ตอนกลางวัน	(한)낮에
ตอนกลางคืน	(한)밤에	ตอนเช้า	아침에
ตอนเที่ยง	점심에	ตอนบ่าย	오후에
ตอนเย็น	저녁에	ตอนค่ำ	밤에
ตอนดึก	늦은 밤에	ตอนเช้ามืด	새벽에

대화문 B

พาที คุณนิดา ตื่นนอนกี่โมงครับ

니다 씨는 몇 시에 일어나세요?

นิดา ดิฉันตื่นนอนเจ็ดโมงเช้าและออกกำลังกายทุกวันค่ะ

저는 매일 아침 일곱 시에 일어나서 운동을 해요.

พาที ขยันจังเลยครับ แล้วมีเรียนทุกวันไหมครับ

정말 부지런하네요. 그럼 수업이 매일 있나요?

นิดา มีเรียนตั้งแต่วันจันทร์ถึงวันศุกร์ค่ะ

월요일에서 금요일까지 수업이 있어요.

พาที ปกติ เสาร์อาทิตย์ทำอะไรครับ

보통 주말에는 뭐 하세요?

นิดา ทุกเสาร์อาทิตย์ ช่วยงานที่บ้านค่ะ

주말마다 집안일을 도와요.

พาที คุณนิดาเป็นคนดีจริง ๆ นะครับ

니다 씨는 정말 좋은 사람이네요.

문법설명 B

1. 태국어의 요일 표현

월요일	วันจันทร์
화요일	วันอังคาร
수요일	วันพุธ
목요일	วันพฤหัส(บดี)
금요일	วันศุกร์
토요일	วันเสาร์
일요일	วันอาทิตย์

วันนี้วัน**อะไร**คะ	오늘은 무슨 요일입니까?
วันนี้วันจันทร์ครับ	오늘은 월요일입니다.
วันนี้วันที่**เท่าไร**คะ	오늘은 며칠입니까?
วันนี้วันที่ 31 ครับ	오늘은 31일입니다.

2. 태국어 구문(시간) ~부터 ตั้งแต่ ~까지(จน)ถึง / (장소)~에서 จาก ~까지 ถึง

วันนี้ผมมีเรียน**ตั้งแต่** 9 โมงเช้า**ถึง**บ่าย 3 โมง

오늘 저는 오전 9시부터 오후 3시까지 수업이 있습니다.

ดิฉันทำงาน**ตั้งแต่**วันจันทร์**จนถึง**วันศุกร์

저는 월요일부터 금요일까지 일을 합니다.

จากกรุงเทพฯ **ถึง**เชียงใหม่ใช้เวลากี่ชั่วโมง

방콕에서 치앙마이까지 몇 시간 걸립니까?

จากบ้าน**ถึง**โรงเรียนใช้เวลาประมาณ 40 นาที

집에서 학교까지 40분 정도 걸린다.

보충 어휘

เมื่อวาน	어제	มะรืนนี้	모레
เมื่อวานซืน	그저께	งานที่บ้าน	집안일
งานที่บริษัท	회사일	งานที่ทำงาน	직장일

แบบฝึกหัด 연습

1. เขียนเวลาต่อไปนี้เป็นภาษาไทย
다음 시간을 태국어로 쓰시오.

1) 아침 8시	แปดโมงเช้า	6) 오후 5시	
2) 오전 10시		7) 저녁 7시	
3) 정오		8) 밤 10시	
4) 오후 1시		9) 자정	
5) 오후 3시		10) 새벽 4시	

2. เลือกคำใน(　　) ที่ถูกต้องเพื่อทำให้ประโยคสมบูรณ์
(　)에 있는 알맞은 단어를 골라 문장을 완성하시오.

1) 지금은 10시 15분입니다.
ตอนนี้ 10 (โมง / นาที) 15 ค่ะ

2) 저는 선생님과 오후 3시 반에 만날 겁니다.
ผมจะพบคุณครูตอน (บ่าย / ตี) สามโมงครึ่งครับ

3) 내일은 3시간 공부할 거야.
พรุ่งนี้ผมจะอ่านหนังสือ 3 (ชั่วโมง / โมง)

4) 저는 오후 12시에 밥을 먹을 겁니다.
ดิฉันจะกินข้าวตอน (เที่ยง / 12 โมง) ค่ะ

5) 시간을 30분 주세요.
ขอเวลา (ครึ่ง / สามสิบ) ชั่วโมงนะคะ

3. ดูปฏิทินแล้วตอบคำถามต่อไปนี้

달력을 보고 다음 질문에 답하시오.

อาทิตย์	จันทร์	อังคาร	พุธ	พฤหัส	ศุกร์	เสาร์
					1 เรียนภาษาไทย	2
3	4 ออกกำลังกาย	5 กินข้าวกับเพื่อน	6 เรียนภาษาไทย	7	8 เรียนภาษาไทย	9
10	11 ออกกำลังกาย	12	13 เรียนภาษาไทย	14	15 เรียนภาษาไทย	16
17	18 ออกกำลังกาย	19	20 เรียนภาษาไทย	21	22 เรียนภาษาไทย	23 คุณแม่มา
24	25 ออกกำลังกาย	26 พบอาจารย์	27 เรียนภาษาไทย	28	29 เรียนภาษาไทย	30 ไปเที่ยวทะเล

1) A : วันนี้วันที่เท่าไร

B : วันนี้วันที่ 7

2) A : เรียนภาษาไทยวันอะไร

B : ______

3) A : คุณแม่มาวันที่เท่าไร

B : ______

4) A : ออกกำลังกายวันอะไร

B : ______

5) A : พบอาจารย์วันที่เท่าไร

B : ______

6) A : ไปเที่ยวทะเลวันที่เท่าไร

B : ______

4. เรียงคำต่อไปนี้ให้เป็นประโยคภาษาไทยที่ถูกต้อง

다음 단어들을 배열하여 문장을 만드시오.

> **보기** 당신은 볼펜이 몇 자루 있습니까?
> มี / ปากกา / กี่ / ด้าม / คุณ → คุณมีปากกากี่ด้าม

1) 당신은 하루에 몇 시간 잠을 잡니까?

กี่ / วันละ / นอน / คุณ / ชั่วโมง → ____________________

2) 당신은 일주일에 며칠 운동을 합니까?

ออกกำลังกาย / สัปดาห์ละ / วัน / กี่ / คุณ → ____________________

3) 당신은 태국인 친구가 몇 명 있습니까?

เพื่อนคนไทย / คน / มี / คุณ / กี่ → ____________________

4) 당신은 일 년에 책을 몇 권 읽습니까?

หนังสือ / เล่ม / อ่าน / คุณ / ปีละ / กี่ → ____________________

5) 그는 옷을 몇 벌 샀습니까?

ซื้อ / เสื้อ / เขา / ตัว / กี่ → ____________________

5. อ่านประโยคต่อไปนี้และใส่เครื่องหมาย ✔ ที่ประโยคที่ถูกและเครื่องหมาย ✖ ที่ประโยคที่ผิด

다음을 읽고 본문에 알맞으면 ✔, 틀리면 ✖를 표기하시오.

1) 당신은 몇 시에 일어나세요?

คุณตื่นนอนกี่โมงครับ (　　)

2) 저는 매일 아침 여섯 시에 일어나서 운동을 해요.

ดิฉันตื่นนอนหกโมงเช้าและออกกำลังกายบางวันค่ะ (　　)

3) 정말 부지런하네요. 그럼 수업이 매일 있나요?

ขยันจังเลยครับ แล้วทำงานทุกวันไหมครับ (　　)

4) 월요일에서 금요일까지 수업이 있어요.

มีเรียนตั้งแต่วันจันทร์ถึงวันพฤหัสค่ะ (　　)

5) 보통 주말에 집안일을 도와요.

ปกติ เสาร์อาทิตย์ ช่วยงานที่บ้านค่ะ (　　)

6. ใช้คำที่กำหนดให้แต่งประโยค "ตั้งแต่... ถึง..."

주어진 어구들을 이용하여 "ตั้งแต่~ ถึง~" 문장을 만드시오.

> **보기** เรียน / 10 โมงเช้า / บ่าย 3 โมง
> = เรียนตั้งแต่ 10 โมงเช้าถึงบ่าย 3 โมง

1) ทำงาน / วันจันทร์ / วันเสาร์

= ______________________

2) ไปเที่ยวทะเล / วันศุกร์ / วันอาทิตย์

= ______________________

3) อ่านหนังสือ / 4 ทุ่ม / เที่ยงคืน

= ______________________

4) ฟังเพลง / 5 ทุ่ม / ตี 3

= ______________________

5) มีสอบ / วันที่ 3 / วันที่ 7

= ______________________

6) ไม่อยู่บ้าน / วันนี้ / พรุ่งนี้

= ______________________

7. ใช้คำที่กำหนดให้แต่งประโยค "จาก... ถึง..."

주어진 어구들을 이용하여 "จาก~ ถึง~" 문장을 만드시오.

> **보기** กรุงเทพฯ / เชียงใหม่ / 8 ชั่วโมง
> = จากกรุงเทพฯ ถึงเชียงใหม่ใช้เวลา 8 ชั่วโมง

1) ประเทศไทย / ประเทศเกาหลี / 6 ชั่วโมง

=

2) กรุงเทพฯ / ภูเก็ต / 10 ชั่วโมง

=

3) บ้าน / โรงเรียน / 10 นาที

=

4) กรุงโซล / ปูซาน / 5 ชั่วโมง

=

5) มหาวิทยาลัย / ตลาด / 5 นาที

=

8. อ่านเรื่องต่อไปนี้และเลือกคำที่เหมาะสมเติมลงในช่องว่าง

다음을 읽고 빈칸에 알맞은 낱말을 골라 쓰시오.

จึง	ถึง	กับ	แล้ว

วันนี้วันอังคาร สมชายตื่นนอน 7 โมงเช้าเพราะมีเรียนตั้งแต่ 9 โมงเช้า____ 4 โมงเย็น เขาอาบน้ำ แต่งตัว____ ไปเรียน สมชายเรียนภาษาเกาหลี 3 ชั่วโมงและไปทานข้าวกับเพื่อนที่โรงอาหาร สมชายไม่อยากกินข้าว____สั่งก๋วยเตี๋ยวกับกาแฟเย็น ตอนเย็นสมชายมีนัดกับเพื่อนหน้าโรงหนังตอน 1 ทุ่ม สมชายดูหนัง____เพื่อนสนุกมาก

추가 단어

ก๋วยเตี๋ยว 쌀국수

MEMO

บทที่ 9

ผมชอบไปดูหนังบ่อย ๆ

저는 자주 영화를 보러 가는 걸 즐겨요.

어휘

ชอบ	좋아하다, 선호하다	บ่อย	자주 บ่อย ๆ 자주
เมื่อ	때, ~(으)ㄹ때, ~(으)면	ว่าง	시간이 비다, 시간이 나다, 한가하다
แนว	노선, 경향, 장르	พิเศษ	특별하다 เป็นพิเศษ 특히, 특별히
หนังตลก	코미디 영화, 희극	ไม่ค่อย	그다지~하지 않다, 별로 아니다
หนังชีวิต	드라마 영화	เครียด	긴장하다, 스트레스를 받다
เสาร์อาทิตย์	주말	หน้า	앞
ขี่	타다	จักรยาน	자전거
ริม	변	แม่น้ำ	강
เดือน	달, 월	เมษายน	4월
ดอกไม้	꽃	สถานี	역
รถไฟ	기차	8 โมงเช้า	아침 8시

대화문 A

พาที นิดา คุณชอบดูหนังไหมครับ

니다 씨, 당신은 영화 보는 걸 좋아하세요?

นิดา ชอบค่ะ แต่ไปดูไม่บ่อย แล้วคุณล่ะคะ

좋아하는데 자주 보러 가지는않아요. 당신은요?

พาที ชอบครับ ผมชอบไปดูหนังบ่อย ๆ เมื่อมีเวลาว่าง

좋아해요. 저는 시간이 날 때 영화를 자주 보러 가요.

นิดา คุณชอบดูหนังแนวไหนเป็นพิเศษคะ

당신은 어떤 장르의 영화를 특별히 좋아하세요?

พาที ชอบหนังตลกครับ ไม่ค่อยชอบหนังชีวิต ดูแล้วเครียดครับ

코미디 영화를 좋아해요. 드라마 영화를 별로 안 좋아해요. 보면 스트레스를 받아요.

แล้วคุณล่ะครับ เวลาว่างคุณชอบทำอะไรครับ

그럼 당신은요? 시간이 날 때 주로 뭘 하세요?

นิดา ฉันชอบอ่านหนังสือค่ะ

저는 책 읽는 걸 좋아해요.

문법설명 A

1. 선호를 나타내는 동사 ชอบ

น้องชาย**ชอบ**ดูหนังตลก	남동생은 코미디 영화 보는 것을 좋아한다.
พี่สาวไม่**ชอบ**อ่านหนังสือ	누나는 책 읽는 것을 싫어한다.
เธอ**ชอบ**ปลูกต้นไม้	그녀는 나무 심는 것을 좋아한다.
เขาไม่**ชอบ**ออกกำลังกาย	그는 운동하는 것을 싫어한다.

추가 단어

หนังผี	귀신 영화	ปลูกต้นไม้	나무를 심다
หนังบู๊/หนังแอ็กชัน	액션 영화	ออกกำลังกาย	운동하다
หนังรัก/หนังโรแมนติก	로맨틱 영화	ว่ายน้ำ	수영하다
หนังสงคราม	전쟁 영화	ปีนเขา	등산하다
เล่นเกม	게임을 하다	ทำอาหาร	요리하다

2. 빈도부사 บ่อย

คุณพ่อไปปีนเขา**บ่อย ๆ**	아버지는 등산하러 자주 가신다.
พี่ชายชอบปีนเขา แต่ไปไม่**บ่อย**	오빠는 등산하는 걸 좋아하는데, 자주 가지 않는다.
เธอมาที่นี่**บ่อย ๆ**	그녀는 여기에 자주 온다.
ฉันไปประเทศไทย**บ่อย**มาก	나는 태국에 자주 간다.

3. 부정의 표현 ไม่ค่อย

พาที**ไม่ค่อย**ชอบดูหนังชีวิต	파티는 드라마 영화 보는 것을 별로 안 좋아한다.
ขนมนี่**ไม่ค่อย**น่ากิน	이 과자는 별로 맛이 없어 보인다.
เขา**ไม่ค่อย**มาหาเธอ	그는 그녀를 자주 찾아 오지 않는다.
น้องชาย**ไม่ค่อย**สนใจกีฬา	남동생은 운동에 관심이 별로 없다.

대화문 B

ซอจุน เสาร์อาทิตย์หน้า พัดชาว่างไหมครับ ไปเที่ยวกัน

다음 주말에 팟차 씨 시간 되세요? 같이 놀러가요.

พัดชา ว่างค่ะ ไปที่ไหนคะ

시간 돼요. 어디로 가요?

ซอจุน ไปขี่จักรยานริมแม่น้ำฮันกันครับ

같이 한강 변에 자전거 타러 가요.

เดือนเมษายนอากาศดี ดอกไม้สวยมาก

4월은 날씨가 좋고 꽃도 정말 예뻐요.

พัดชา น่าไปค่ะ มีใครไปบ้างคะ

가고 싶어지네요. 누가 같이 가나요?

ซอจุน มีพาทีกับนิดาไปด้วยครับ

파티하고 니다가 같이 갈 거예요.

พัดชา ดีค่ะ ไปหลายคนสนุกดี นัดกันยังไงคะ

좋아요. 여러 사람이 가서 재밌겠어요. 어떻게 약속을 할까요?

ซอจุน วันเสาร์ที่ 12 พบกันที่หน้าสถานีรถไฟยออึยโด ตอน 8 โมงเช้าดีไหมครับ

12일 토요일 여의도 지하철역 앞에서 아침 8시에 만나는 것이 어때요?

พัดชา ได้ค่ะ ดีใจจริง ๆ อยากไปเที่ยวริมแม่น้ำฮัน น่าสนุกมากค่ะ

좋아요. 정말 기뻐요. 한강 변에 놀러 가고 싶어요. 정말 재미있을 것 같아요.

문법설명 B

1. 태국어의 월별 명칭

มกราคม	1월	กุมภาพันธ์	2월
มีนาคม	3월	เมษายน	4월
พฤษภาคม	5월	มิถุนายน	6월
กรกฎาคม	7월	สิงหาคม	8월
กันยายน	9월	ตุลาคม	10월
พฤศจิกายน	11월	ธันวาคม	12월

วันที่ 1 **มกราคม** เป็นวันปีใหม่

1월 1일은 설날이다.

เดือน**เมษายน**ที่ประเทศไทยอากาศร้อนมาก แต่ที่ประเทศเกาหลีอากาศเย็นสบาย

태국의 4월은 날씨가 아주 덥지만 한국은 날씨가 시원하고 편안하다.

เดือน**กุมภาพันธ์** บางปีมี 28 วัน บางปีมี 29 วัน

2월은 어떤 해에는 28일, 어떤 해에는 29일이 있다.

2. 태국어의 다양한 시간 표현

เมื่อวานซืน(นี้)	เมื่อวาน(นี้)	วันนี้	พรุ่งนี้
그제	어제	오늘	내일

ต้น	초	กลาง	중순	สิ้น / ปลาย	말
สัปดาห์/ อาทิตย์	주	เดือน	달/월	ปี	해/년
ที่แล้ว/ ที่ผ่านมา	지난	นี้	이번	หน้า	다음
ก่อน	전에	ข้างหน้า	후에	เป็นเวลา	동안

ต้น	กลาง	สิ้น/ ปลาย	ต้น	กลาง	สิ้น/ ปลาย	ต้น	กลาง	สิ้น/ ปลาย
สัปดาห์/อาทิตย์			เดือน			ปี		
ที่แล้ว / ที่ผ่านมา	นี้	หน้า	ที่แล้ว / ที่ผ่านมา	นี้	หน้า	ที่แล้ว / ที่ผ่านมา	นี้	หน้า

ต้นเดือนหน้าน้องชายจะสอบเข้ามหาวิทยาลัย

다음 달 초에 남동생이 대학 입학 시험을 볼 거예요.

กลางสัปดาห์ที่แล้วเขาไม่ค่อยสบาย

지난 주중에 그는 몸이 별로 편치 않았다.

ปลายปีนี้ฉันจะไปอเมริกา

올해 말에 미국에 갈 거다.

(เมื่อ)ห้าปีก่อน/ที่แล้ว คุณพ่อทำงานที่ประเทศไทย

5년 전에 아버지는 태국에서 근무하셨다.

อีกสี่ปี(ข้างหน้า)เราจะเรียนจบ

4년 후에 우리는 졸업할 거다.

พี่ชายทำงานที่บริษัทนี้**(เป็นเวลา)สี่ปีแล้ว**

오빠는 이 회사에서 근무한 지 4년 됐다.

แบบฝึกหัด 연습

1. เรียงคำต่อไปนี้ให้เป็นประโยคภาษาไทยที่ถูกต้อง

다음 단어들을 배열하여 문장을 만드시오.

1) หนังรัก ไม่ค่อย ดู พี่ชาย ชอบ

→

2) ออกกำลังกาย คุณ บ่อย ๆ ไหม ไป

→

3) เป็นพิเศษ ชอบ หนังตลก ดู พาที

→

4) เวลาว่าง ต้นไม้ มี คุณ เมื่อ ไหม ปลูก ชอบ

→

5) เพราะ เขา เครียด ชอบ แล้ว หนัง ชีวิต ดู ไม่ค่อย

→

2. เขียนประโยคโดยเลือกใช้คำว่า "บ่อย ๆ" หรือ "ไม่ค่อย" ให้ถูกต้องตามข้อมูลในตาราง

다음의 표를 보고 "บ่อย ๆ"나 "ไม่ค่อย"를 사용해서 작문하시오.

	วันที่ 1	วันที่ 2	วันที่ 3	วันที่ 4	วันที่ 5	วันที่ 6	วันที่ 7
ปิติ	เล่นเกม	เล่นเกม	เล่นเกม	เล่นเกม	ดูหนัง	ว่ายน้ำ	เล่นเกม
	ขนม	ปลาทอด	ปลาทอด	ปลาทอด	ปลาทอด	ปลาทอด	หมูย่าง
พาที	ดูหนัง	ดูหนัง	ดูหนัง	ปีนเขา	ดูหนัง	ดูหนัง	ดูหนัง
	เนื้อย่าง	เนื้อย่าง	ปลาทอด	เนื้อย่าง	เนื้อย่าง	เนื้อย่าง	เนื้อย่าง
นิดา	ปีนเขา	ดูหนัง	เล่นเกม	ว่ายน้ำ	ดูหนัง	เล่นเกม	ปีนเขา
	ปลาทอด	ขนม	ขนม	เนื้อย่าง	ขนม	ขนม	ขนม
ซอจุน	ว่ายน้ำ	ดูหนัง	ว่ายน้ำ	ว่ายน้ำ	ว่ายน้ำ	ว่ายน้ำ	ว่ายน้ำ
	หมูย่าง	ปลาทอด	หมูย่าง	หมูย่าง	หมูย่าง	หมูย่าง	เนื้อย่าง
มินจู	เล่นเกม	ปีนเขา	ปีนเขา	ดูหนัง	ปีนเขา	ปีนเขา	ปีนเขา
	เนื้อย่าง	หมูย่าง	ปลาทอด	เนื้อย่าง	ขนม	หมูย่าง	ปลาทอด

보기

A: ปิติ / ไปดูหนัง → ปิติไม่ค่อยชอบไปดูหนัง

B: ปิติ / ปลาทอด → ปิติชอบกินปลาทอดบ่อย ๆ

1) ซอจุน / ไปว่ายน้ำ

→ ______________________________

2) ปิติ / เล่นเกม

→

3) นิดา / ไปปีนเขา

→

4) พาที / ไปดูหนัง

→

5) มินจู / เล่นเกม

→

6) พาที / เนื้อย่าง

→

7) นิดา / ขนม

→

8) ซอจุน / ปลาทอด

→

9) ปิติ / หมูย่าง

→

10) มินจู / ขนม

→

3. เรียงคำต่อไปนี้ให้เป็นประโยคภาษาไทยที่ถูกต้อง

다음 단어들을 배열하여 문장을 만드시오.

1) ที่แล้ว　หนาว　อากาศ　สัปดาห์　มาก　กลาง

→ ______

2) ข้างหน้า　จะ　ห้า　แต่งงาน　เขา　อีก　ปี

→ ______

3) เที่ยว　นี้　จะ　ปลาย　เยอรมัน　คุณพ่อ　ปี　คุณแม่　ไป

→ ______

4) ภูเขาซอรัก　เปลี่ยน　ก่อน　ฉัน　เมื่อ　สี　ที่　สอง　ไปดู　ปี　ใบไม้

→ ______

5) ต้น　กัน　หน้า　รถไฟโซล　เรา　หน้า　สัปดาห์　ที่　นัด　สถานี

→ ______

4. เขียนเครื่องหมาย ✔ หรือ ✖ หน้าข้อความให้สอดคล้องกับข้อมูล

다음을 읽고 본문에 알맞으면 ✔, 틀리면 ✖를 표기하시오.

วันนี้ วันอาทิตย์ที่ 25 มิถุนายน

1) พรุ่งนี้ วันอังคาร ( )

2) เมื่อวานซืนนี้ วันที่ 23 มิถุนายน ( )

3) เดือนหน้า เดือนกรกฎาคม ( )

4) สามเดือนที่แล้ว เดือนกันยายน ( )

5) อีกหกเดือนจะมีวันคริสต์มาส ( )

เดือนพฤศจิกายน

อาทิตย์	จันทร์	อังคาร	พุธ	พฤหัส	ศุกร์	เสาร์
			1 สอบ	2	3 นัดเพื่อน	4
5	6	7	8	9	10 วันนี้	11
12	13 ไปพบอาจารย์คิม	14	15	16	17	18 ไปอยุธยา
19 ไปอยุธยา	20	21	22	23	24	25
26	27	28	29	30 วันเกิดพ่อ		

6) กลางสัปดาห์หน้ามีสอบ ( )

7) ปลายอาทิตย์หน้าไปพบอาจารย์คิม ( )

8) สิ้นเดือนนี้วันเกิดพ่อ ( )

9) เสาร์อาทิตย์ที่แล้วไปอยุธยา ( )

10) ต้นสัปดาห์ที่ผ่านมานัดเพื่อน ( )

5. เขียนชื่อเดือนให้ถูกต้อง

알맞은 태국어의 월별 명칭을 쓰시오.

1) มกรา ________	7) ________ คม
2) กุมภา ________	8) ________ คม
3) มีนา ________	9) ________ ยน
4) ________ ยน	10) ตุลา ________
5) ________ คม	11) ________ ยน
6) มิถุนา ________	12) ________ คม

6. ลากเส้นจับคู่รูปภาพกิจกรรมกับเดือนให้ถูกต้อง

다음의 사진을 보고 알맞은 것과 연결하시오.

보기 เดือน 1 เล่นดนตรี

เดือน 3 ปลูกต้นไม้	เดือน 4 ปีนเขา	เดือน 6 ดูหนัง
เดือน 8 วิ่ง	เดืน 10 ว่ายน้ำ	เดือน 11 ขี่จักรยาน

- พฤษภาคม
- มกราคม
- สิงหาคม
- มิถุนายน
- กันยายน
- กุมภาพันธ์
- กรกฎาคม
- เมษายน
- ตุลาคม
- พฤศจิกายน
- มีนาคม
- ธันวาคม

7. อ่านเรื่องต่อไปนี้และเลือกคำที่เหมาะสมเติมลงในช่องว่าง

다음을 읽고 빈칸에 알맞은 낱말을 골라 쓰시오.

เมื่อต้นปีที่แล้ว	ชอบ	ไม่ค่อยชอบ	เมื่อสามปีที่แล้ว
อีกสามปีข้างหน้า	เมื่อเดือนที่แล้ว	ปลายปีนี้	บ่อย ๆ

ฉันเคยไปอเมริกาหนึ่งครั้ง แต่ฉัน________ อเมริกา ฉัน________ ประเทศไทยมากจึงไปประเทศไทย________ ครั้งแรกฉันไปประเทศไทยกับครอบครัว________ ครั้งที่สองฉันไปกับเพื่อน________ และครั้งที่สามฉันไป________ ฉันคิดว่า________ ฉันจะไปประเทศไทยอีกครั้งหนึ่ง และ________ เมื่อเรียนจบ ฉันก็จะไปประเทศไทยอีก

บทที่ 10

ขอผัดไทยสองจาน

팟타이 두 그릇 주세요.

어휘

ข้าวกลางวัน	점심 식사	กันเถอะ	~(으)ㅂ시다(권유)
ลอง	시도하다, ~해 보다	ข้าวผัดกุ้ง	새우볶음밥
ร้าน	가게, 점포	เปิด	열다
ใหม่	새로운, 새로	ชิม	맛(간)을 보다
เก่า	낡다, 오래되다	ม.	대학(มหาวิทยาลัย 줄임 표현으로 발음은 머-)
อร่อย	맛있다	กว่า	더~(비교급)
เหรอ	그래? (หรือ의 구어체 표현)	เบื่อ	지루하다, 지겹다/질리다, 싫증나다
ผัดไทย	팟타이	ที่สุด	가장, 제일, 최고로
แล้วก็	그리고	โค้ก	콜라

대화문 A

ปิติ　　มินจู ไปกินข้าวกลางวันกันเถอะครับ

민주 씨, 같이 점심 먹으러 갑시다.

มินจู　　ไปที่ไหนดีคะ

어디로 갈까요?

ปิติ　　เมื่อวานผมลองไปกินข้าวผัดกุ้งร้านเปิดใหม่หน้า ม. อร่อยมากครับ

어제 학교 앞에 새로 연 식당에서 새우볶음밥을 먹어 봤는데 정말 맛있었어요.

มินจูจะลองไปชิมไหมครับ อร่อยกว่าร้านเก่าครับ

민주 씨, 맛을 보러 갈까요? 예전식당보다 더 맛있어요.

มินจู　　เหรอคะ ปิติไม่เบื่อเหรอคะ กินสองวันเลย

그래요? 삐띠 씨 안 질려요? 이틀 연속으로 먹는데.

ปิติ　　ไม่เบื่อครับ

안 지겨워요.

มินจู　　งั้น ไปกันเถอะค่ะ

그럼 갑시다.

문법설명 A

1. 태국어의 비교급 표현

[상태 동사구, 동작 동사구] + กว่า + (비교 대상)
[상태 동사구, 동작 동사구] + [부사] + กว่า + (비교 대상)

ปีนี้ร้อน**กว่า**ปีที่แล้ว	올해가 작년보다 더 덥다.
พี่ชายของฉันสูง**กว่า**ฉัน	내 오빠는 나보다 키가 더 크다.
น้องชายกระโดดไกล**กว่า**พี่สาว	남동생이 누나보다 더 멀리 뛴다.
นิดาทำอาหารอร่อย**กว่า**ซอจุน	니다는 서준보다 요리를 더 잘한다.

ดีกว่า로 끝나는 경우가 있는데, 이 때 문장의 의미는 '~하는 게 낫다, 더 좋다'가 된다.

ผมไม่ค่อยอยากทานข้าวผัด ขอผัดซีอิ๊ว**ดีกว่า**ครับ

저는 볶음밥을 별로 먹고 싶지 않아요. 팟씨이우(간장소스로 볶은 쌀국수)를 시키는게 더 좋겠어요.

ตอนนี้อิ่มมาก ไม่กินขนม**ดีกว่า** 지금 배가 많이 불러요. 과자를 안 먹는 게 낫겠어요.

☑ 보충 어휘: สภาพ 상태

สูง	키가 크다	เตี้ย	키가 작다
ไกล	멀다	ใกล้	가깝다
เล็ก	작다	ใหญ่	크다
ถูก	싸다	แพง	비싸다
สะอาด	깨끗하다	สกปรก	더럽다
ขยัน	부지런하다	ขี้เกียจ	게으르다

2. 태국어의 권유표현 เถอะ/กันเถอะ

กิน**เถอะ**	먹자.
มาออกกำลังกายกัน**เถอะ**	와서 같이 운동합시다.
เราไปหาอาจารย์คิมกัน**เถอะ**ค่ะ	같이 김 교수님을 뵈러 갑시다.
เราไปเที่ยวทะเลด้วยกัน**เถอะ**ครับ	우리 함께 바다에 놀러 갑시다.

3. 의문조사 หรือ/เหรอ

อยากทานผัดไทย**เหรอ**คะ	팟타이를 드시고 싶으세요?
พรุ่งนี้ไม่ไปด้วยกัน**หรือ**ครับ	내일 같이 안 가실래요?
ปิติ: อาหารร้านนั้นอร่อยมากครับ	그 집 음식은 아주 맛이 있어요.
มินจู: **เหรอ**คะ งั้น จะไปทานเย็นนี้ค่ะ	그래요? 그럼 오늘 저녁에 먹으러 갈게요.
จะซื้อกลับบ้าน**หรือ**ทานที่ร้านก็ได้ค่ะ	식당에서 드시거나 포장해서 집으로 가셔도 됩니다.
จะไปร้านอาหารไทย**หรือ**ร้านอาหารเกาหลีดีครับ	한식당 또는 태국 식당 중 어디에 갈까요?

보충 어휘

ผัดซีอิ๊ว	팟씨이유(간장소스로 볶은 쌀국수)	ก๋วยเตี๋ยว	쌀국수
ผัดกะเพรา	팟끄라파우(태국식 바질 볶음)	แกงส้ม	깽쏨
ลูกชิ้น	고기완자	หมูปิ้ง	돼지고기 꼬치구이
ไก่ย่าง	닭고기구이	เนื้อแดดเดียว	육포
ทับทิมกรอบ	탑팀끌럽(태국 디저트)	บัวลอย	부어로이(태국 디저트)
น้ำส้มคั้น	오렌지주스	น้ำมะนาว	라임주스
แตงโมปั่น	땡모빤(수박주스)	นมเย็น	우유에 설탕과 얼음을 넣은 음료
โอเลี้ยง	오리앙(태국식 아이스 블랙커피)	ชาเย็น	아이스티

대화문 B

พาที พัดชาจะทานอะไร ข้าวผัดกุ้งหรือผัดไทยดีครับ

팟차, 오늘 뭐 드실래요? 새우볶음밥 또는 팟타이 중 뭘 드시겠어요?

พัดชา วันนี้ทานผัดไทยดีกว่าค่ะ

오늘은 팟타이를 먹는 게 낫겠어요.

พาที ดื่มแตงโมปั่นไหมครับ แตงโมปั่นร้านนี้อร่อยที่สุดครับ

수박주스 마실래요? 이 집 수박주스가 최고로 맛있어요.

พัดชา เหรอคะ ดีค่ะ

그래요? 좋아요.

พาที น้องครับ ขอผัดไทยสองจาน แตงโมปั่นแก้วหนึ่ง แล้วก็โค้กขวดหนึ่งด้วยครับ

여기요, 팟타이 두 접시하고 수박주스 한 잔하고 콜라도 한 병 주세요.

พัดชา น้องคะ แตงโมปั่นไม่หวานนะคะ

여기요, 수박주스는 달지 않게 해주세요.

문법설명 B

1. 태국어의 최상급 표현

[상태동사구] + ที่สุด

[동작동사구] + [부사] + ที่สุด

เดือนมกราคมอากาศหนาว**ที่สุด**	1월 날씨가 가장 춥다.
ขนมร้านนี้หวาน**ที่สุด**	이 집 과자가 가장 달다.
น้องชายพูดดัง**ที่สุด**ในบ้าน	남동생이 집에서 제일 크게 말한다.
คุณแม่ทำอาหารอร่อย**ที่สุด**	어머니가 음식을 가장 만드신다.

2. 음식 관련 분류사 추가

명사+수사+분류사

명사+분류사+(지시)형용사

ข้าวผัดกุ้งสองจาน	새우볶음밥 두 접시
ก๋วยเตี๋ยวหมูสามชาม	돼지고기 쌀국수 세 그릇
ทับทิมกรอบสองถ้วย	'탑팀끄럽' 두 그릇
แตงโมปั่นห้าแก้ว	수박주스 다섯 잔
โค้กสองขวด	콜라 두 병
ไก่ย่างชิ้นนี้	이 닭구이
ลูกชิ้นไม้นี้	이 고기완자
ผัดไทยห่อนี้	이 팟타이

보충 어휘

จาน	접시	ชาม	대접, 그릇
ถ้วย	공기, 컵	แก้ว	잔, 컵
ขวด	병	ชิ้น	조각
ไม้	꼬치	ห่อ	봉지

3. 접속사 แล้วก็....ด้วย

ซอจุนกินก๋วยเตี๋ยวสองชาม **แล้วก็**กินไอศกรีม**ด้วย**

서준이 쌀국수 두 그릇 먹는다. 그리고 아이스크림도 먹는다.

น้องอยากทำอาหารไทย **แล้วก็**อยากขายอาหารไทย**ด้วย**

동생이 태국 음식을 만들고 싶어한다. 그리고 태국 음식을 팔고 싶어도 한다.

ฉันชอบทานอาหารที่บ้าน เพราะอร่อย**แล้วก็**สะอาด**ด้วย**

나는 집에서 식사하는 것을 좋아한다. 왜냐하면 맛있고 또 깨끗하기 때문이다.

4. 태국어의 맛 표현

แกงส้มชามนี้**เปรี้ยว**จริง ๆ	이 깽쏨은 정말 셔요.
ขนมถ้วย**นี้หวาน**มาก	이 디저트는 아주 달아요.
แม่ทำผัดกะเพรา**เค็ม**เกินไป	엄마가 팟까프라우를 너무 짜게 만들었어요

보충 어휘

เปรี้ยว	시다	หวาน	달다
เค็ม	짜다	ขม	쓰다
ฝาด	떫다	เผ็ด	맵다
มัน	기름지다, 고소하다	จืด	싱겁다, 심심하다

แบบฝึกหัด 연습

1. ดูรูปแล้วเลือกข้อความเติมในช่องว่างให้เหมาะสม

그림을 보고 빈칸에 알맞은 것을 쓰시오.

	นารา	กิต	วีณา	ศิลา
อายุ	21	22	20	24
น้ำหนัก	48	57	46	56
ส่วนสูง	165	173	169	176

보기

A กิต อายุน้อยกว่า ศิลา (อายุ)

B นารา น้ำหนักน้อยกว่า ศิลา (น้ำหนัก)

C วีณา เตี้ยกว่า นารา (ส่วนสูง)

1) นารา ______________________ กว่า วีณา (น้ำหนัก)

2) ศิลา ______________________ กว่า กิต (อายุ)

3) วีณา ______________________ กว่า ศิลา (ส่วนสูง)

4) กิต ______________________ กว่า นารา (น้ำหนัก)

5) นารา ______________________ กว่า ศิลา (อายุ)

6) วีณา ______________________ กว่า กิต (อายุ)

7) ศิลา ______________________ กว่า วีณา (ส่วนสูง)

8) วีณา ______________________ กว่า นารา (น้ำหนัก)

9) กิต ______________________ กว่า ศิลา (ส่วนสูง)

10) ศิลา ______________________ กว่า นารา (อายุ)

추가 단어

อายุ	나이	น้ำหนัก	몸무게
ส่วนสูง	키	หนัก	무겁다
สูง	키가 크다	เตี้ย	키가 작다

2. เลือกคำต่อไปนี้เติมในช่องว่างให้เหมาะสม

다음의 어휘를 골라 빈칸에 넣으시오.

ดีไหมครับ	กินผัดซีอิ๊ว	เหรอคะ	ลองชิม	เมื่อวานนี้
หรือ	กินผัดไทย	ดีครับ	อร่อยกว่า	อร่อย
พรุ่งนี้	ไปซื้อ	แล้ว	หรือ	เหรอคะ

ซอจุน นิดา เราไป ______ กันเถอะ

นิดา ซอจุนอยากกินผัดไทย ______

ซอจุน ใช่ครับ อยากกินมาก

นิดา เราไปร้านไหนดีคะ ร้านหน้า ม. ______ ร้าน หลัง ม.

ซอจุน ไปร้านหลัง ม. ______

นิดา ดีค่ะ ร้านนี้ ______ ร้านหน้า ม.

ซอจุน ผัดซีอิ๊วร้านนี้ก็ ______ นะครับ

นิดา ______ งั้น ต้อง ______ ค่ะ

ซอจุน วันนี้นิดาจะกินผัดไทย ______ ผัดซีอิ๊วครับ

นิดา วันนี้จะกินผัดไทยค่ะ ______ จะไปกินผัดซีอิ๊ว

3. ใช้คำต่อไปนี้แต่งประโยค 5 ประโยค (ห้ามใช้ซ้ำ)

다음의 '어휘'를 사용하여 5문장을 작문하시오. (단, 한 단어를 두 번 이상 사용할 수 없음)

คุณ	ห้องน้องชาย	ไปซื้อ	กันเถอะ
เรา	ห้องพี่สาว	จะกิน	หรือ
เธอ	ร้านเก่า	ไม่ชอบ	ดีครับ
	ร้านใหม่	ดื่ม	กว่า
	แกงส้ม	สะอาด	เหรอ
	หมูปิ้ง	อร่อย	กว่า
	ไก่ย่าง		
	ผัดกะเพรา		
	ชาเย็น		

แต่งประโยค

1) ______________________

2) ______________________

3) ______________________

4) ______________________

5) ______________________

4. ลากเส้นจับคู่คำให้ถูกต้อง

다음 음식을 보고 분류사와 연결하시오.

ข้าวผัดกะเพราหมู •	• ชาม
ผัดซีอิ๊ว •	• แก้ว
ก๋วยเตี๋ยวปลา •	• ชิ้น
หมูปิ้ง •	• จาน
โค้ก •	• ขวด
บัวลอย •	• ถ้วย
นมเย็น •	• ห่อ
ไก่ย่าง •	• ไม้

5. ดูตารางแล้วเติมคำในช่องว่าง

다음의 표를 보고 빈칸에 채우시오.

ชื่อร้าน	พื้นที่ /ตารางเมตร	จำนวน ที่นั่ง /ที่	ประเภทอาหาร /ชนิด	จำนวนพนักงาน/ คน	คะแนน ความอร่อย
หวาน หวาน	250	35	70	12	86
ครัวคุณเจี๊ยบ	320	50	60	15	99
บ้านริมน้ำ	500	75	65	20	82
สะอาด	235	35	50	10	89
ดอกไม้หอม	480	80	65	20	79

1) ร้าน หวาน หวาน มี ________________ มากที่สุด

2) ร้านดอกไม้หอมมีจำนวนที่นั่ง ________________ ร้านบ้านริมน้ำ

3) ร้านครัวคุณเจี๊ยบ ________________ ที่สุด

4) ร้านสะอาดมีจำนวนพนักงาน ________________

5) ร้านบ้านริมน้ำมี ________________ มากที่สุด

☑ 추가 단어

พื้นที่	면적	ตารางเมตร	제곱 미터
จำนวน	수량	ที่นั่ง	좌석
ประเภท	종류	พนักงาน	직원

6. อ่านแล้วตอบคำถาม

다음 문장을 읽고 알맞은 것을 고르시오.

ก	พี่ครับ หมูปิ้ง 5 ไม้ครับ
ข	หมูปิ้งหมดแล้วน้อง มีปลาหมึกย่าง
ก	ไม้ละเท่าไรครับ
ข	ไม้ละ 10 บาท
ก	ขอ 3 ไม้ครับ

1) ก อยากซื้ออะไร

① พี่ครับ
② หมูปิ้ง
③ ปลาหมึกย่าง
④ ไม้ละ

2) ปลาหมึกย่างขายยังไง

① 5 ไม้
② ไม้ละเท่าไร
③ ไม้ละ 10 บาท
④ ขอ 3 ไม้

มินจูชอบกินอาหารไทย เพราะอาหารไทยอร่อย และราคาถูกกว่าอาหารเกาหลีมาก มินจูชอบกินก๋วยเตี๋ยวหมู ______________ เมื่อวานเธอไปกินก๋วยเตี๋ยวหมูกับเพื่อนที่โรงอาหารในมหาวิทยาลัย เธอกินก๋วยเตี๋ยวหมูสองชามแล้วก็กินทับทิมกรอบด้วย

3) ควรเติมข้อความใดในช่องว่าง 빈칸에 들어갈 말로 알맞은 것을 보기에서 고르시오.

① มากกว่า
② มากที่สุด
③ เมื่อวาน
④ อาหารไทย

4) ข้อใดผิด 다음 중 틀린 것을 고르시오.

① มินจูชอบอาหารไทยเพราะอร่อย
② อาหารเกาหลีแพงกว่าอาหารไทย
③ มินจูกินก๋วยเตี๋ยวหมูที่โรงอาหาร
④ มินจูกินทับทิมกรอบสองชาม

ก	วันนี้มีอะไรบ้างครับ
ข	มีโอเลี้ยง ชาเย็น นมเย็น กาแฟเย็น น้ำมะนาว น้ำส้มคั้น แตงโมปั่น ครับ ______________________
ก	ขอแตงโมปั่นสองแก้ว โอเลี้ยงแก้วนึง แล้วก็นมเย็นแก้วหนึ่งครับ

5) ควรเติมข้อความใดในช่องว่าง 빈칸에 들어갈 말로 알맞은 것을 보기에서 고르시오.

① ดื่มอะไรดีครับ

② ดื่มกันเถอะครับ

③ ไม่ดื่มเหรอครับ

④ ดื่มชาหรือกาแฟครับ

6) ก ไม่สั่งอะไร 'ก'가 주문하지 않은 음료는 무엇입니까?

① แตงโมปั่น โอเลี้ยง นมเย็น น้ำมะนาว

② ชาเย็น นมเย็น น้ำมะนาว น้ำส้มคั้น

③ น้ำมะนาว น้ำส้มคั้น ชาเย็น กาแฟเย็น

④ นมเย็น น้ำส้มคั้น ชาเย็น โอเลี้ยง

추가 단어

ปลาหมึก	오징어	ย่าง	굽다
โรงอาหาร	학생 식당	เครื่องดื่ม	음료
ดื่ม	마시다	สั่ง	주문하다

7. เขียนคำศัพท์ให้ถูกต้อง

알맞은 어휘를 쓰시오.

1) ข้าว ____________ 새우볶음밥

2) ____________ หมู 돼지고기 쌀국수

3) ไก่ ____________ 닭구이

4) ผัด ____________ 팟타이

5) ลูก ____________ 고기완자

6) ____________ ปั่น 수박주스

7) ทับทิม ____________ 탑팀끄럽

8) ____________ 시다

9) ____________ 달다

10) ____________ 짜다

11) ____________ 맵다

12) ____________ 싱겁다, 심심하다

บทที่ 11

เคยไปประเทศไทยเมื่อเดือนที่แล้ว

지난 달에 태국에 갔어요.

어휘

เคย	(경험) …한 적이 있다	กรุงเทพฯ	방콕
เชียงใหม่	치앙마이 (태국 북부의 중심도시)	ภูเก็ต	푸켓
ได้…	(조동사) …했다, …하게 됐다	ขึ้น	오르다, 올라가다
ดอย	산, 고개, 언덕(북부 방언)	ทะเล	바다
วัดพระแก้ว	프라깨우 사원	เสียดาย	아쉽다, 아깝다
ตำรา	교재	ทำขนม	디저트를 만들다
ซื้อ	사다	ให้	주다, ~해 주다
วันเกิด	생일	เค้ก	케이크
ชาเขียว	녹차	หรือยัง	(의문사) ~했니?(아직이니?)
เริ่ม	시작하다	สู้	겨루다, 대항하다 สู้ ๆ 힘내다, 파이팅
เสร็จ	끝나다, 끝내다, 마치다	ชิม	맛(간)을 보다
ได้เลย	그러세요	เอา	가지다/ 갖다/ 요구하다

대화문 A

นิดา ซอจุนเคยไปประเทศไทยไหมคะ

서준 씨, 태국에 가 본 적이 있으세요?

ซอจุน เคยครับ ผมเคยไปประเทศไทยเมื่อเดือนที่แล้วกับเพื่อน ๆ

네, 있어요. 지난 달에 태국에 친구들과 함께 갔어요.

นิดา ไปกันหลายคนน่าสนุกนะคะ ไปเที่ยวที่ไหนบ้างคะ

여럿이 같이 가서 재미있었을 것 같네요. 어디 놀러 가셨어요?

ซอจุน สนุกมากครับ เราไปกรุงเทพฯ เชียงใหม่ แล้วก็ภูเก็ตด้วยครับ

정말 재미있었어요. 우리는 방콕, 치앙마이 그리고 푸켓도 갔어요.

นิดา ชอบที่ไหนมากที่สุดคะ

그 중 어디가 제일 좋으셨어요?

ซอจุน ชอบทุกที่เลยครับ ได้ไปขึ้นดอยที่เชียงใหม่ อากาศดีมาก

다 좋았어요. 치앙마이에서 산에 갔어요. 날씨가 아주 좋았어요.

ภูเก็ต ทะเลสวยมาก วัดพระแก้วในกรุงเทพฯ ก็สวยงามมากครับ

푸켓은 바다가 정말 예뻤고, 방콕에 있는 프라깨우사원도 정말 아름다웠어요.

เพื่อน ๆ ทุกคนที่ไปกับผมชอบประเทศไทยมาก เสียดายที่มีเวลาน้อยครับ

저와 같이 간 친구들 모두 태국을 좋아했어요. 시간이 적어서 아쉬웠어요.

문법설명 A

1. 경험을 나타내는 동사 เคย

คุณพ่อ**เคย**ทำงานที่ประเทศไทย	아버지는 태국에서 근무한 적이 있다.
ฉันไม่**เคย**หลับในห้องเรียน	나는 교실에서 잔 적이 없다.
นิดา**เคย**พบอาจารย์คิมหลายครั้งแล้ว	니다는 김 교수님을 여러 번 뵌 적이 있다.
ปิติยังไม่**เคย**เห็นหิมะเลย	삐티는 아직 눈을 본 적이 없다.

2. 완료상을 나타내는 동사 ได้

เมื่อวานนี้ผม**ได้**กินอาหารไทยครั้งแรก	어제 저는 처음으로 태국 음식을 먹었습니다.
พาที**ได้**พบกับซอจุนที่อเมริกา	파티는 미국에서 서준을 만났다.
เมื่อเช้าคุณแม่ไม่**ได้**ไปตลาด	아침에 어머니는 시장에 안 가셨다.
น้องยังไม่**ได้**ทำความสะอาดห้องเลย	동생은 아직 방을 청소하지 않았다.

3. 관계대명사 ที่

เด็ก**ที่**นั่งหน้าห้องเป็นน้องชายผม	교실 앞에 앉아 있는 아이는 제 남동생입니다.
ฉันชอบบ้าน**ที่**อยู่ริมแม่น้ำ	나는 강변에 있는 집을 좋아한다.
กระเป๋า**ที่**เธอซื้อมาจากฝรั่งเศส หายไปแล้ว	당신이 프랑스에서 사 온 가방이 없어졌다.
หนัง**ที่**ไปดูกับเพื่อนเมื่อวานนี้ไม่สนุกเลย	어제 친구하고 본 영화는 재미가 없었다.
ขอบคุณ**ที่**มาด้วยกัน	같이 와 줘서 고맙다.
ขอโทษ**ที่**ทำผิด	잘못해서 죄송하다.

ที่เขาดีใจ เพราะเขาสอบได้คะแนนดี	그가 기쁜 것은 시험 성적을 잘 받아서다.
ที่เธอไป เพราะเธอไม่อยากอยู่ที่นี่	그녀가 간 것은 여기에 있고 싶지 않아서다.

대화문 B

พาที มินจูอ่านหนังสืออะไรอะ

민주, 무슨 책을 읽어?

มินจู ตำราทำขนมจ้ะ นิดาซื้อให้ตอนวันเกิด

디저트 만들기 책이야. 니다가 내 생일에 사줬어.

เราอยากทำเค้กชาเขียวให้ครอบครัวและเพื่อน ๆ กิน

난 가족하고 친구들한테 녹차 케이크를 만들어 주고 싶어.

พาที เคยลองทำหรือยัง

만들어 본 적 있어?

มินจู ยังเลย จะเริ่มลองทำพรุ่งนี้ อ่านตำรามาหลายวันแล้ว

아직. 내일 만들어 보려고 해. 며칠 동안 책을 읽어 왔거든.

พาที สู้ ๆ นะ ทำเสร็จแล้ว ขอชิมชิ้นหนึ่ง

파이팅! 다 만들면 한 조각 맛보게 해 줘.

มินจู ได้เลยจ้ะ

그래.

พาที งั้น เอาสองชิ้นดีกว่า

그럼 두 조각 줘(먹겠어).

문법설명 B

1. 부동사를 사용한 시상표현

ปิติ**เพิ่ง**กลับบ้าน 빼티는 방금 집에 귀가했다.

น้องทำการบ้าน**เสร็จ**(แล้ว) 동생은 숙제를 다 했다.

คุณแม่**เริ่ม**ทำขนมตั้งแต่เช้า 어머니는 아침부터 디저트를 만들기 시작하셨다.

พี่ชายฉันเรียนจบ**มา**สองปี 내 오빠는 졸업한 지 이 년 됐다.

2. 부동사 ให้

วันเกิดของเธอ ฉันจะซื้อของขวัญ**ให้** 네 생일에 내가 선물을 사 줄게.

คุณพ่อร้องเพลง**ให้**คุณแม่ 아버지가 어머니에게 노래를 불러 주신다.

เขาส่งดอกไม้**ให้**เธอทุกวัน 그는 그녀에게 매일 꽃을 보내준다.

3. 대동사 เอา

เอาผัดซีอิ๊วจานหนึ่งครับ 팟씨이유 한 접시 주세요.

เอาของหวานไหมครับ 디저트를 드실래요?

- ไม่**เอาค่ะ** 안 먹어요.

4. 의문조사 หรือยัง

แต่งตัวเสร็จ**หรือยัง**	옷을 다 입었어? (아직 다 못 입었어?)
- เสร็จแล้ว	다 입었어.
- เพิ่งเสร็จ	방금 다 입었어.
- ยัง(ไม่เสร็จ)	아직(다 못 입었어).
เคยอ่านหนังสือเล่มนี้**หรือยัง**	이 책을 읽어 봤어? (아직 못 읽었어?)
- เคย(อ่าน)แล้ว	읽어봤어(읽어본 적 있어).
- ยัง(ไม่เคย)	아직(못 읽어 봤어).

5. 태국어의 예사말 표현

		높임말	예사말
1인칭 대명사	남	ผม	ฉัน/เรา/자신의 이름
	여	ดิฉัน/หนู	ฉัน/เรา/자신의 이름
2인칭 대명사		คุณ	เธอ/นาย/상대의 이름
어조사(평서문)	남	ครับ	จ้ะ/อะ/사용 안함
	여	ค่ะ	จ้ะ/อะ/사용 안함
어조사(의문문)	남	ครับ	จ๊ะ/อะ/사용 안함
	여	คะ	จ๊ะ/อะ/사용 안함

แบบฝึกหัด **연습**

1. ใช้คำต่อไปนี้แต่งประโยค 5 ประโยค (ห้ามใช้ซ้ำ)

다음의 '어휘'를 사용하여 5문장을 작문하시오. (단, 한 단어를 두 번 이상 사용할 수 없음)

เธอ	คุณแม่	ไม่เคยดู	แล้วก็
ผม	น้องชาย	เคยไป	ด้วย
เขา	อาจารย์สมชาย	ได้เรียน	กับ
	หนังเกาหลี	แต่งตัว	ที่
	ภาษาไทย	ไม่ได้เล่นเกม	วันนี้
	ประเทศเกาหลี	มีสอบ	พรุ่งนี้
	กรุงเทพฯ	เสร็จหรือยัง	เพราะ
	เชียงใหม่		
	ภูเก็ต		

แต่งประโยค

1) ____________________

2) ____________________

3) ____________________

4) ____________________

5) ____________________

2. สร้างประโยคที่มีคำเชื่อม "ที่" จากประโยคต่อไปนี้

'ที่'를 사용하여 새로운 문장을 작문하시오.

보기 ผู้หญิงกลับไปแล้ว / ผู้หญิงมาหาเธอ
→ ผู้หญิง**ที่**มาหาเธอกลับไปแล้ว

1) เด็กไปเรียนต่อที่ประเทศเกาหลี / เด็กเคยอยู่บ้านนี้

→

2) ฉันคิดถึงเพื่อน / เพื่อนอยู่เชียงใหม่

→

3) ขนมหมดแล้ว / เธอซื้อขนมมาเมื่อวาน

→

4) กางเกงขาสั้นเป็นของฉัน / กางเกงขาสั้นอยู่ในตู้เสื้อผ้า

→

5) กระโปรงสวยมาก / คุณแม่ให้กระโปรงเธอ

→

6) น้องชายของฉันสอบเข้ามหาวิทยาลัยแล้ว / เธอเคยเจอน้องชายของฉัน

→

7) คุณแม่ชอบบ้าน / บ้านอยู่ริมทะเล

→

8) เค้กผลไม้อร่อยมาก / เธอทำเค้กผลไม้

→

9) สวนสาธารณะมีต้นไม้มาก / สวนสาธารณะอยู่ใกล้บ้าน

→

10) พี่สาวจะแต่งงานเดือนหน้า / พี่สาวเพิ่งเรียนจบ

→

☑ 추가 단어

เรียนต่อ(ต่างประเทศ)	유학하다	คิดถึง	보고 싶다
หมด	다 떨어지다	กางเกงขาสั้น	반바지
ตู้เสื้อผ้า	옷장	สอบเข้า	입학 시험을 보다
สวนสาธารณะ	공원	แต่งงาน	결혼하다
เรียนจบ	졸업하다		

3. ลากเส้นจับคู่ข้อความให้เหมาะสม

다음의 문장을 읽고 알맞은 것과 연결하시오.

ที่ฉันมา •		• พรุ่งนี้มีสอบ
ที่เขาไป •		• ไม่มีเวลาทำความสะอาด
ที่ต้องอ่านหนังสือ •		• วันนี้จะมีคนมางานมาก
ที่ผมเพิ่งมา •		• คุณแม่ไม่ให้เล่นเกม
ที่ต้องไปโรงอาหาร •		• คนไทยใจดีมาก
ที่น้องเสียใจ •	เพราะ	• อยากพบเธอ
ที่ต้องเริ่มทำอาหารตั้งแต่เช้า •		• วันนี้รถติดมาก
ที่ห้องสกปรก •		• ผมมาสายมาก
ที่ฉันชอบประเทศไทย •		• ไม่อยากอยู่ที่นี่
ที่ต้องขอโทษ •		• ตอนนี้หิวมาก

4. เขียนคำตอบ/คำถาม

다음의 문장을 읽고 질문/ 답변을 작성하시오.

> **보기** คุณทำการบ้านหรือยัง → ยังครับ

1) คุณเคยไปต่างประเทศไหม

→ ______________________

2) คุณอายุ 20 หรือยัง

→ ______________________

3) เคยอ่านหนังสือภาษาไทยหรือยัง

→ ______________________

4) เอาขนมปังไหม

→ ______________________

5) คุณเคยไปประเทศไทยหรือยัง

→ ______________________

> **보기** (อาบน้ำ) คุณอาบน้ำหรือยัง → อาบแล้วครับ

6) (เรียนจบ) ______________________

→ ยังครับ

7) (กินผัดซีอิ๊ว) ______________________

→ เคยครับ

8) (ออกกำลังกาย) ______________________

→ เสร็จแล้วค่ะ

9) (ของหวาน) ______________________

→ เอาครับ

10) (ดูหนังเรื่องนี้) ______________________

→ ยังไม่เคยครับ

5. เติมคำในช่องว่างให้เหมาะสม

빈칸에 알맞은 어휘를 넣어 대화문을 완성하시오. 그리고 대화문을 읽고 질문에 답하시오.

ปิติ มินจู ______________ ภูเก็ตไหมครับ

มินจู ไม่เคยค่ะ ปิติ ______________

ปิติ เคยครับ ภูเก็ตสวยมาก

มินจู ไปกับ ______________

ปิติ ไปกับเพื่อนครับ

มินจู ______________ เล่นน้ำทะเลไหมคะ

ปิติ ได้ครับ ทะเลภูเก็ตสวยจริง ๆ ครับ

มินจู ______________ เที่ยวที่ไหนบ้างครับ

มินจู เคยไป ________ ค่ะ สนุกมาก ชอบมากค่ะ คนเชียงใหม่น่ารัก

ปิติ ________ ขึ้นดอยไหมครับ

มินจู ________ ขึ้นค่ะ เพราะมีเวลาน้อย

ปีหน้า ________ เชียงใหม่กับ ________ ค่ะ

1) ข้อใดถูก

① มินจูเคยขึ้นดอย ② มินจูเคยไปภูเก็ต

③ มินจูเคยไปเชียงใหม่ ④ มินจูเคยเล่นน้ำทะเล

2) มินจูชอบเชียงใหม่เพราะอะไร

① เคยขึ้นดอย ② มีเวลาน้อย

③ ไปกับเพื่อน ④ คนเชียงใหม่น่ารัก

6. เลือกคำเติมในช่องว่าง

다음의 알맞은 어휘를 고르고 빈칸에 채우시오.

เรา จ้ะ จ๊ะ อะ เธอ

ก จะไปไหน ____________

ข จะไปห้องสมุด ____________

แล้ว ____________ ล่ะ

ก ____________ จะไปกินข้าว

ข ไปละนะ แล้วพบกัน ____________

7. อ่านข้อความแล้วตอบคำถาม

다음의 글을 읽고 알맞은 것을 고르시오.

ซอจุนกับมินจูไปเที่ยวประเทศไทยด้วยกันหนึ่งสัปดาห์ พวกเขาชอบประเทศไทยมาก ได้ไปเที่ยวเชียงใหม่ ภูเก็ต พัทยา แล้วก็กรุงเทพฯ ด้วย พวกเขา __A__ กินอาหารไทยหลายอย่าง ซอจุนชอบ ผัดไทยมากที่สุด แต่มินจูไม่ชอบเพราะมีน้ำมัน เธอชอบก๋วยเตี๋ยวหมูมากที่สุด พวกเขาชอบเครื่องดื่มของไทยด้วย ซอจุนชอบชาเย็น แต่มินจูชอบแตงโมปั่นมากกว่า เพราะชาเย็นหวานมาก เมื่อพวกเขาไปเที่ยวกรุงเทพฯ พวกเขาพบปิติกับพาทีจึงไปเที่ยววัดพระแก้วด้วยกัน

1) ควรเติมคำใดในช่องว่าง ...A...

① ให้　　② ได้

③ เอา　　④ เสร็จ

2) ซอจุนกับมินจูไปเที่ยวประเทศไทยกี่วัน

① 5 วัน　　② 7 วัน

③ 10 วัน　　④ 12 วัน

3) ข้อใดผิด

① ซอจุนได้ไปเชียงใหม่　　② พาทีได้ไปภูเก็ต

③ ปิติได้ไปกรุงเทพฯ　　④ มินจูได้ไปพัทยา

4) ทำไมมินจูไม่ชอบชาเย็น

① มีน้ำมัน　　② หวานมาก

③ ชอบก๋วยเตี๋ยวหมู　　④ ไม่ชอบเครื่องดื่มของไทย

บทที่ 12

ปวดหัวมากและไอด้วย

머리가 너무 아프고 기침도 나요.

어휘

หมอ	의사	คุณหมอ	의사 선생님
เป็นอะไร	무슨 일이 나다, 문제가 생기다	ตัวร้อน	열이 나다
ปวด	(통증을 느끼며) 아프다	หัว	머리
ไอ	기침하다	เพิ่ง	방금
รีบ	서두르다	อ้า	(입을) 벌리다
ปาก	입	คอ	목
พักผ่อน	쉬다, 휴식을 취하다	อาการ	증상
แบบนี้	이런 식으로	น่าจะ	아마 ~하다
เป็นไข้หวัด	감기에 걸리다	ยา	약
สัก	쯤, 약, 대략	จิบ	조금씩 마시다
อุ่น	따뜻하다	หาย	낫다/ 회복하다
ฉีดยา	주사를 맞다, 주사를 놓다	ลื่น	미끄러지다
ตก	떨어지다	บันได	계단
หัก	부러지다	นัด	약속

สงสาร, น่าสงสาร	불쌍하다	ก่อน	이전
ได้	가능하다	ไหว	(으)ㄹ 수 있다
ไว ๆ	빨리		

대화문 A

ปิติ สวัสดีครับคุณหมอ

안녕하세요, 의사 선생님.

หมอ สวัสดีค่ะ เป็นอะไรคะ

안녕하세요. 어디가 안 좋으신가요?

ปิติ เมื่อวานตัวร้อนครับ เช้านี้ปวดหัวมากและไอด้วยครับ

어제 열이 났어요. 아침에 머리가 많이 아프고 기침도 나요.

หมอ เพิ่งเป็นมาสองวันใช่ไหมคะ

아픈 지 이틀 정도 됐지요?

ปิติ ใช่ครับ

네.

หมอ ดีมากที่รีบมาหาหมอค่ะ

서둘러 병원에 오시길 잘하셨어요.

อ้าปากหน่อยค่ะ คอแดง ๆ พักผ่อนน้อยใช่ไหมคะ

입을 좀 벌려 주세요. 목이 빨갛습니다. 휴식이 부족하지요?

ปิติ ใช่ครับ

네.

หมอ อาการแบบนี้น่าจะเป็นไข้หวัดค่ะ หมอจะให้ยาไปทานสักสามวัน

증상을 보니 감기인 것 같아요. 제가 삼 일 치 약을 드리겠습니다.

คุณควรพักผ่อนมาก ๆ จิบน้ำอุ่นบ่อย ๆ นะคะ ถ้าไม่หายต้องกลับมาฉีดยานะคะ

충분히 휴식을 취하시고, 따뜻한 물을 조금씩 자주 드시고요.
만약 안 나으면 다시 오셔서 주사 맞으셔야 해요.

ปิติ ครับ ขอบคุณมากครับ

네, 감사합니다.

문법설명 A

1. 의무의 표현

ผู้ชายเกาหลี**ต้อง**ไปเป็นทหารทุกคน	한국 남자는 모두 군대에 가야 한다.
ผู้ชายไทย**ไม่ต้อง**ไปเป็นทหารทุกคน	태국 남자는 모두 군대에 가지는 않아도 된다.
คุณ**ควร**พักผ่อน	당신은 휴식을 취하셔야 한다.
คุณ**ไม่ควร**นอนดึกเกินไป	당신은 너무 늦게 자면 안 된다.
หอพักนี้ **ห้าม**ดื่มเหล้า	이 기숙사는 음주 금지다.
อย่าดื่มเหล้าในหอพักนี้	이 기숙사 안에서 술을 마시지 마라.

2. 추측의 표현

ปีหน้า **จะ**หนาวกว่าปีนี้	내년은 올해보다 더 추울 것이다. (가장 강한 추측)
ปีหน้า **คง(จะ)**หนาวกว่าปีนี้	내년은 아마 올해보다 더 추울 것이다.
ปีหน้า **น่าจะ**หนาวกว่าปีนี้	내년은 아마 올해보다 더 추울 것 같다.
ปีหน้า **อาจ(จะ)**หนาวกว่าปีนี้	내년은 올해보다 더 추울지도 모른다. (약한 추측)

3. 통증을 나타내는 표현

เขาปวดท้องมาตั้งแต่เมื่อวาน	그는 어제부터 배가 아프다.
เธอปวดตามาก	그녀는 눈이 아주 아프다.
เธอเจ็บตามาก	그녀는 눈이 아주 아프다. (이물질이 들어가서 아픈 느낌)
เธอแสบตามาก	그녀는 눈이 아주 맵다. (따갑다)

คุณลุงเมื่อยมากเพราะยกของหนักมากเกินไป

아저씨가 너무도 무거운 짐을 많이 들어서 (온몸이) 무척 뻐근하다.

보충 어휘

ตา	눈	หู	귀
จมูก	코	ปาก	입
ฟัน	이, 치아	แก้ม	볼
หัว	머리	ผม	머리카락
หน้า	얼굴	คอ	목
อก	가슴	หัวใจ	심장
หัวไหล่	어깨	หลัง	등
ท้อง	배	เอว	허리
แขน	팔	ขา	다리
หัวเข่า	무릎	น่อง	종아리
มือ	손	เท้า	발
นิ้วมือ	손가락	นิ้วเท้า	발가락

대화문 B

มินจู พาทีเป็นอะไรอะ กำลังจะไปไหน

파티, 무슨 일이 있어? 어디 가려고?

พาที อาทิตย์ที่แล้วลื่นตกบันไดขาหัก เพราะรีบวิ่งไปขึ้นรถไฟใต้ดินอะ วันนี้คุณหมอนัด

지난 주에 지하철을 타러 급하게 뛰어가서 계단에서 미끄러져 굴러 떨어져 다리가 부러졌어. 오늘은 의사 선생님과 약속한 날이야.

มินจู น่าสงสาร วันนั้นใครพาไปหาหมอล่ะ

불쌍해라. 그날 누가 병원에 데리고 갔어?

พาที ปิติพาไป ก่อนตกบันไดเราไปกินข้าวด้วยกัน

삐띠가 데리고 갔어. 계단에서 굴러 떨어지기 전에 우리는 같이 밥을 먹으러 갔어.

ตอนแรกเดินไม่ได้เลย ตอนนี้เดินไหวแล้ว

처음에는 걷지도 못했는데 지금은 걸을 수가 있어.

มินจู ดีอะ ร่างกายแข็งแรงมาก คุณหมอนัดกี่โมง

다행이다. 정말 건강하네. 의사 선생님하고 몇 시에 만나기로 했어?

พาที ต้องไปถึงโรงพยาบาลก่อนบ่ายโมง งั้น เราไปนะ

오후 한 시 이전에 병원에 도착해야 돼. 그럼 나 간다.

มินจู หายไว ๆ นะ

빨리 나으렴.

문법설명 B

1. 태국어의 연속동사 구문

คุณแม่**เดินเข้าไปหยิบ**จานในครัว

어머니는 부엌에 걸어 들어가 접시를 집으신다.

เพื่อน**ชอบมานั่งเล่นเกม**ที่ห้องของฉัน

친구들은 내 방에서 와 앉아서 게임을 하기를 좋아한다.

เธอช่วย**ออกไปเอา**น้ำเย็น**มาให้**หน่อย

나가서 찬물을 좀 가져다 주렴.

คุณพ่อ**ต้องพา**ลูก ๆ **ไปเรียน**ดนตรี

아버지는 자식들을 데리고 음악을 배우러 가야 한다.

เขา**คงนั่ง**รถไฟใต้ดิน**ไปถึง**สนามบินแล้ว

그는 아마 지하철을 타고 가서 공항에 도착했을 것이다.

2. 가능의 표현 ไหว와 เป็น

ว่ายน้ำ**ได้**	수영할 수 있다.
ว่ายน้ำ**ไม่ได้**	수영할 수 없다. (다양한 이유로)
ว่ายน้ำ**ไหว**	수영할 수 있다. (견딜 수 있다.)
ว่ายน้ำ**ไม่ไหว**	수영할 수 없다. (도저히, 더 이상)
ว่ายน้ำ**เป็น**	수영할 줄 안다.
ว่ายน้ำ**ไม่เป็น**	수영할 줄 모른다.

3. 시간적 전, 후의 표현

คุณต้องไปถึง **ก่อน**แปดโมงเช้า	아침 여덟 시 이전에 도착해야 한다.
อย่าออกจากบ้าน **หลัง**เที่ยงคืน	자정 이후에 집 밖에 나가지 마라.
ก่อนเข้าบ้าน ต้องถอดรองเท้า	집안으로 들어오기 전에 신발을 벗어야 한다.
หลังอาบน้ำ ต้องเช็ดตัว	샤워한 후에는 몸을 닦아야 한다.
ทำการบ้าน**ก่อน**	우선 숙제를 한다. (해라)
เล่นเกม**ทีหลัง**	나중에 게임을 한다. (해라)

แบบฝึกหัด 연습

1. เรียงคำต่อไปนี้ให้เป็นประโยคภาษาไทยที่ถูกต้อง

다음 단어들을 배열하여 문장을 만드시오.

1) กิน ห้องสมุด ขนม ห้าม ใน

→ ______

2) ควร วัน เรา ทุก ออกกำลังกาย

→ ______

3) ไม่ ดื่มเหล้า คุณ จะ มาก แข็งแรง ไม่ เพราะ ควร

→ ______

4) ทุกคน แต่ง ต้อง เข้าเรียน นักศึกษา ที่ ชุดนักศึกษา

→ ______

5) อาหารเย็น เพราะ ไม่ ต้อง เรา ที่ ทาน คุณแม่ จะไป ทำ ร้านอาหาร

→ ______

2. อ่านเรื่องต่อไปนี้และเลือกคำที่เหมาะสมเติมลงในช่องว่าง

다음을 읽고 빈칸에 알맞은 낱말을 골라 쓰시오.

ฉีดยา	บ่อย ๆ	ไม่ไหว	ให้ยา
เป็นไข้หวัด	ควร	ห้าม	ปวดหัว

เมื่อวานฉัน __________ ตัวร้อนและ __________ มาก จึงไปหาหมอ หมอ __________ มาทานสามวัน และบอกว่าฉัน __________ พักผ่อนมาก ๆ จิบน้ำอุ่น __________ และ __________ ดื่มเหล้า ถ้าไม่หายต้องกลับไป __________ วันนี้ฉันไปเรียนหนังสือ __________

3. เรียงคำต่อไปนี้ให้เป็นประโยคภาษาไทยที่ถูกต้อง

다음 단어들을 배열하여 문장을 만드시오.

1) ต้อง คุณ ทุกวัน เช้า อาหาร กิน

→ ____________________

2) ต้อง ทหาร ไป ผู้หญิง เป็น ไม่

→ ____________________

3) ควร เรา ภาษาไทย หนังสือ อ่าน ทุกวัน

→ ____________________

4) ควร อาหาร กิน ไม่ คุณ เผ็ด

→

5) หลับ อย่า นอน ห้อง ใน เรียน

→

6) ใน บุหรี่ ห้าม หนัง สูบ โรง

→

4. เขียนคำตอบ/คำถาม

다음의 문장을 읽고 질문/ 답변을 쓰시오.

보기	วันนี้คุณไปดูหนังกับผมได้ไหม → ได้ค่ะ

1) คุณกินอาหารทะเลได้ไหม

→

2) ทางไกลมาก เดินไหวไหม

→

3) พี่ชายขับรถเป็นไหม

→

4) คุณพูดภาษาเยอรมันได้ไหม

→

5) เด็กคนนี้ขึ้นรถไฟใต้ดินเป็นไหม

→ ______

보기 (กินส้มตำ) คุณกินส้มตำเป็นไหม → เป็นค่ะ

6) (ไปเรียน) ______

→ ไหวครับ

7) (กินอาหารเผ็ด) ______

→ ไม่ได้ค่ะ

8) (ว่ายน้ำ) ______

→ ไม่เป็นครับ

9) (เดินขึ้นไปชั้น 10) ______

→ ไหวครับ

10) (นั่งรอที่นี่) ______

→ ได้ค่ะ

5. เรียงคำในวงเล็บ ( ) ให้เหมาะสม

( ) 안에 있는 어휘를 재배열하시오.

1) เธอ (เข้า, นั่ง, เดิน, ร้องไห้, มา) ในห้อง

→ ______

2) น้องชาย (เล่น, ชอบ, ไป, ออก) นอกบ้าน

→

3) เธอช่วย (ขนมปัง, ไป, ให้, ซื้อ, ออก) หน่อย

→

4) ครู (นักเรียน, ไป, ต้อง, ร้องเพลง, พา) ที่โรงละคร

→

5) เขา (ไป, เดิน, ถึง, คง) สวนสาธารณะแล้ว

→

6) เสือ (ออก, วิ่ง, กิน, มา) เนื้อ

→

7) เพื่อนของฉัน (บันได, ล้ม, แขนหัก, ตก, ลื่น) เมื่อวานนี้

→

8) คุณช่วย (มา, พูด, นั่ง, เดิน) ใกล้ ๆ ฉันหน่อย

→

9) พี่สาว (ออก, ทำงาน, แต่งตัว, ไป, รีบ) ตั้งแต่เช้า

→

10) วันนี้เขา (ฟัง, อยาก, คง, มา, ให้, พูด, เธอ)

→

6. เลือกคำต่อไปนี้เติมในช่องว่างให้เหมาะสม

다음 중 빈칸에 알맞은 어휘를 골라 대화문을 완성하시오. 그리고 대화문을 읽고 질문에 답하시오.

ได้	เพิ่ง	กี่วัน	น่าจะ	ดีกว่า	เป็นอะไร
ยา	อย่า	งานยุ่ง	ฉีดยา	ปวดตา	ออกกำลังกาย
ก่อน	ควร	ห้าม	จะ	ดื่มเหล้า	ไม่ควร

หมอ ____________ คะ

พาที ตัวร้อน ปวดหัว แล้วก็ ____________ ด้วยครับ

หมอ ปวดมากไหมคะ เป็นมา ____________ แล้ว

พาที ไม่มากครับ ____________ เป็นวันนี้ครับ

หมอ อาการแบบนี้ ____________ เป็นเพราะเครียดค่ะ

พาที คงจะใช่ครับ ช่วงนี้ ____________ มาก

หมอ หมอจะให้ ____________ ไปทานสักสามวันนะคะ

คุณ ____________ พักผ่อนและ ____________ ด้วย ____________ เครียด

ชอบ ____________ หรือเปล่าคะ

พาที ชอบครับ

หมอ ช่วงนี้__________ดื่มนะคะ

พาที ดื่มกาแฟ__________ไหมครับ

หมอ __________ดื่มค่ะ หาย__________แล้วค่อยดื่ม__________ค่ะ

พาที ต้อง__________ไหมครับ

หมอ ไม่ต้องค่ะ

พาที ขอบคุณครับ สวัสดีครับ

1) ทำไมพาทีไม่สบาย

① ปวดหัว ② ตัวร้อน

③ ปวดตา ④ เครียด

2) พาทีไม่สบายมากี่วัน

① 1 วัน ② 2 วัน

③ 3 วัน ④ 7 วัน

3) หมอไม่ได้บอกให้พาทีทำอะไร

① ไม่เครียด

② ไม่ดื่มเหล้า

③ ไม่ดื่มกาแฟ

④ ไม่ออกกำลังกาย

4) ข้อใดผิด

① พาทีงานยุ่ง

② หมอชอบพักผ่อน

③ พาทีชอบดื่มเหล้า

④ หมอให้ยาพาทีไปกิน

7. อ่านข้อความแล้วตอบคำถาม
다음의 글을 읽고 알맞은 것을 고르시오.

ช่วงนี้อากาศเปลี่ยนแปลง หลายคนเป็นหวัด ซอจุนก็เป็นหวัด ไปทำงานไม่ไหว จึงไปหาหมอที่โรงพยาบาล หมอฉีดยาให้ซอจุน และให้ยาไปทานด้วย ซอจุนไม่ชอบกินยาแต่ต้องกิน หมอบอกให้ซอจุนพักผ่อน และดื่มน้ำอุ่นบ่อย ๆ จะได้หายเร็ว ๆ ก่อนกลับบ้าน ซอจุนพบนิดาที่โรงพยาบาล นิดาก็ไปหาหมอเพราะเธอแสบตามาก หมอให้ยาไปทานหนึ่งสัปดาห์ ซอจุนกับนิดาจึงไปทานข้าวกลางวันด้วยกัน

1) ซอจุนไปโรงพยาบาลทำไม

① ไปทำงาน ② ไปหาหมอ

③ ไปพบนิดา ④ ไปทานข้าวกลางวัน

2) นิดาเป็นอะไร

① กินยา ② แสบตา

③ ไปหาหมอ ④ ไปโรงพยาบาล

3) ข้อใดผิด

① หมอฉีดยาซอจุน ② หมอให้ยาซอจุน

③ หมอฉีดยานิดา ④ หมอให้ยานิดา

4) ข้อใดถูก

① ซอจุนพบนิดาที่ร้านอาหาร ② นิดาไปทำงานก่อนไปหาหมอ

③ นิดาไปหาซอจุนที่โรงพยาบาล ④ ซอจุนต้องกินยาแต่ไม่ชอบกิน

부록

ภาคผนวก

- 정답
- 어휘

เฉลย

정답

제1과

1.

ค	น	ถ	คำ	ส	แ	ฝ	ล
ก	อั	ง	ก	ฤ	ษ	รั่	า
อ	เ	ม	ริ	กา	ด	ง	ว
เ	วี	ย	น	า	ไ	เ	น
ย	ย	ป	ระ	เ	ท	ศ	บ
อ	ด	ช	แ	ก	ย	ส	ญี่
ร	น	า	บ	า	ส	า	ปุ่
มั	า	น	บ	ห	บ	จี	น
น	ม	เ	ร	ลี	ด	ว	บ

1) ไทย

2) เกาหลี

3) ญี่ปุ่น

4) จีน

5) อังกฤษ

6) ฝรั่งเศส

7) เยอรมัน

8) อเมริกา

9) ลาว

10) เวียดนาม

2.

ผ	ม	ดี	ส	นุ	ก	จ	ทั	น
ด	ข	อ	บ	คุ	ณ	ะ	ก	า
พั	ส	บ	า	ย	ไ	ไ	ท	น
ท	า	ย	ย	ร	ม่	ป	า	ก
ส	**วั**	**ส**	**ดี**	า	เ	พ	ย	ร
สุ	ด	มี	ปู	แ	ป็	บ	ย	ไ
แล้	ว	พ	บ	กั	น	ใ	ห	ม่
ข	อ	โ	ท	ษ	ไ	บ	า	ใ
เ	กิ	น	า	น	ร	เ	ย	ช่
ยิ	น	ดี	ที่	ไ	ด้	รู้	จั	ก

1) สวัสดี

2) สบายดี

3) ไม่เป็นไร

4) ยินดีที่ได้รู้จัก

5) ขอบคุณ

6) ขอโทษ

7) แล้วพบกันใหม่

3.

1) สวัสดีค่ะ คุณชื่ออะไรคะ
2) สวัสดีครับ ผมชื่อพาที
3) คุณเป็นคนจีนหรือครับ
4) ไม่ใช่ค่ะ ดิฉันเป็นคนเกาหลี
5) ผมก็เป็นคนเกาหลีครับ
6) ยินดีที่ได้รู้จักค่ะ

4.

1) นิดาเป็นนักศึกษา
2) นิดาไม่ใช่อาจารย์
3) เขาเป็นคนอังกฤษ
4) เขาไม่ใช่คนญี่ปุ่น
5) เธอเป็นคนลาว
6) เธอไม่ใช่คนเวียดนาม
7) เพื่อนเป็นคนจีน
8) เพื่อนไม่ใช่คนมาเลเซีย

5.

1) A: คุณก็เป็นคนเกาหลีหรือ B: ใช่ ดิฉันก็เป็นคนเกาหลี
2) A: คุณก็เป็นนักศึกษาหรือครับ B: ไม่ใช่ ดิฉันเป็นอาจารย์
3) A: แฟนก็เป็นคนฝรั่งเศสหรือ B: ไม่ใช่ เขาเป็นคนเยอรมัน

6.

สวัสดีค่ะ ดิฉันชื่อซูบิน ดิฉันเป็นคนเกาหลี

ดิฉันเป็นนักศึกษา มาจากประเทศเกาหลีค่ะ

7.

1) ④ 2) ③ 3) ④

제2과

1.

1) ไข่ไก่ 2) แม่น้ำ 3) ญี่ปุ่น

4) โต๊ะ 5) เก้าอี้ 6) รองเท้า

7) กระเป๋า 8) น้ำส้ม 9) ดื่ม

10) เพื่อน 11) ห้องน้ำ 12) อร่อย

13) ร้อน 14) อย่า 15) ไหว้

2.

1) น้องไม่ชอบกินผักสีเขียว 2) เขาซื้อแตงโมสีแดง

3) มะม่วงสีเหลืองมีรสหวาน 4) ดิฉันชอบกินองุ่นสีม่วง

5) หิมะสีขาว 6) น้องมีตุ๊กตาหมูสีชมพู

3.

1) ใครมีปากกา

2) คุณไปบ้านอย่างไร

3) หนังสือสีอะไร

4) ที่นี่คือที่ไหน

5) คุณดื่มกาแฟอะไร

6) น้องอยู่ที่ไหน

7) ทำไมเขายังไม่มา

8) คุณออกกำลังกายกับใคร

4.

1) นี่เป็นกระเป๋าของใครครับ

2) นี่เป็นกระเป๋าของพี่สาวค่ะ

3) นี่เป็นนาฬิกาของอาจารย์คิมหรือครับ

4) นี่ไม่ใช่นาฬิกาของดิฉันค่ะ

5) นี่คืออะไรครับ

6) นี่คือกระเป๋าดินสอค่ะ

7) ที่นี่เป็นบ้านของคุณหรือครับ

8) ที่นี่เป็นบ้านของดิฉันค่ะ

5.

1) A: นี่เป็นนาฬิกาของใคร
B: นี่เป็นนาฬิกาของเพื่อน

2) A: นั่นเป็นเข็มขัดของใคร
B: นั่นเป็นเข็มขัดของน้องชาย

3) A: โน่นเป็นรถยนต์ของใคร
B: โน่นเป็นรถยนต์ของพี่สาว

6.

1) นี่ไม่ใช่ตุ๊กตาของน้อง

2) นั่นไม่ใช่ทีวีของเพื่อน

3) ที่โน่นไม่ใช่มหาวิทยาลัยของผม/ดิฉัน

7.

วันนี้คุณแม่ไปตลาด คุณแม่ซื้อแอปเปิลสีเขียวให้ฉัน ฉันชอบกินแอปเปิลมาก ฉันมีความสุข

제3과

1.

1) ตั๋วรถไฟ	2) ถุงเท้า	3) ข้อมือ
4) พี่น้อง	5) อาจารย์	6) การบ้าน
7) รถเมล์	8) เหนื่อย	9) วันอาทิตย์
10) เครื่องดื่ม	11) พระจันทร์	12) ซื้อ
13) เก่ง	14) กุ้ง	15) กระเป๋าสตางค์

2.

1) ครอบครัวของคุณมีกี่คนคะ

2) ครอบครัวของผมมีสี่คนครับ

3) คุณมีน้องสาวไหมคะ

4) ไม่มีครับ ผมเป็นลูกชายคนเดียว

5) คุณมีแมวกี่ตัวคะ

6) ผมมีแมวสองตัวครับ

7) ดิฉันก็มีแมวสองตัวค่ะ

3.

1) A: น้องเรียนวิชาอะไร B: น้องเรียนวิชาภาษาอังกฤษกับภาษาไทย

2) A: คุณแม่ซื้ออะไร B: คุณแม่ซื้อข้าวกับต้มยำกุ้ง

3) A: คุณไปมหาวิทยาลัยกับใคร B: ผม/ดิฉันไปมหาวิทยาลัยกับเพื่อน

4.

1) A: เขาเป็นอาจารย์ใช่ไหม B: ไม่ใช่ เขาเป็นตำรวจ

2) A: มือถือนี้เป็นของคุณใช่ไหม B: ไม่ใช่ มือถือนี้เป็นของน้องชาย

3) A: คุณฟังเพลงใช่ไหม B: ไม่ใช่ ผม/ดิฉันอ่านหนังสือ

4) A: คุณเรียนภาษาเกาหลีใช่ไหม B: ไม่ใช่ ผม/ดิฉันเรียนภาษาไทย

5.

น้องของผมมีชื่อเล่นว่า“ต้อง” ต้องอายุ19ปี เขาเรียนหนังสือเก่งและเป็นนักกีฬาของโรงเรียน เราสองคนชอบไปออกกำลังกายด้วยกันที่สนามกีฬา

6.

1) คุณมีพี่น้องกี่คน

2) เขาอ่านหนังสือใช่ไหม

3) พี่สาวซื้อต่างหูกับนาฬิกาข้อมือ

4) นี่ราคาเท่าไรคะ

5) A: คุณปู่ทำอะไรคะ

B: คุณปู่ฟังเพลงครับ

6) A: คุณทำงานอะไรคะ

B: ผมเป็นหมอครับ

제4과

1.

ร้านหนังสือ	서점	สนามกีฬา	운동장
ไปรษณีย์	우체국	ห้างสรรพสินค้า	백화점
โรงพยาบาล	병원	ร้านขายยา	약국
สถานีรถไฟ	기차역	สถานีตำรวจ	경찰서
ร้านเครื่องเขียน	문구점	ร้านอาหาร	식당

2.

1) บ้านเกิดของคุณอยู่ที่ไหนครับ

2) บ้านเกิดของดิฉันอยู่ที่กรุงเทพฯค่ะ

3) แล้วบ้านเกิดของคุณล่ะคะ

4) บ้านเกิดของผมอยู่ที่กรุงโซลครับ

5) บ้านของผมอยู่ใกล้กับแม่น้ำฮันครับ

6) คุณไปเยี่ยมบ้านเกิดปีละกี่ครั้งคะ

7) ผมไปเยี่ยมบ้านเกิดปีละหนึ่งครั้งครับ

3.

(ข้าง) หน้า	앞(쪽)	(ข้าง) หลัง	뒤(쪽)
(ข้าง)ซ้าย	왼(쪽)	(ข้าง) ขวา	오른(쪽)
(ข้าง) ใน	안(쪽)	(ข้าง)นอก	바깥(쪽)
ใกล้	가깝다	ไกล	멀리
(ทิศ)ตะวันออก	동(쪽)	(ทิศ)ตะวันตก	서(쪽)

4.

1) น้ำส้มอยู่ใน(안)ตู้เย็น

2) พวกเราอยู่หน้า(앞)ห้องเรียน

3) หอพักอยู่ใกล้(가깝다)กับร้านอาหารไทย

4) คุณพ่อปลูกผักอยู่หลัง(뒤)บ้าน

5.

1) A: เสื้อสีดำอยู่ที่ไหน B: เสื้อสีดำอยู่ในตู้เสื้อผ้า

2) A: เขานอนที่ไหน B: เขานอนอยู่บนโซฟา

3) A: ปูซานอยู่ที่ไหน B: ปูซานอยู่(ที่)ภาคใต้ของประเทศเกาหลี

4) A: เชียงใหม่อยู่ที่ไหน B: เชียงใหม่อยู่(ที่)ภาคเหนือของประเทศไทย

6.

1) A: คุณยายกำลังทำอะไร　　B: คุณยายกำลังไปร้านขนมปัง

2) A: น้องสาวกำลังทำอะไร　　B: น้องสาวกำลังล้างจาน(อยู่)ในครัว

3) A: พี่ชายกำลังทำอะไร　　B: พี่ชายกำลังว่ายน้ำ(อยู่)ที่สระว่ายน้ำ

4) A: คุณพ่อกำลังทำอะไร　　B: คุณพ่อกำลังประชุม(อยู่)ที่บริษัท

5) A: คุณชาลีกำลังทำอะไร　　B: คุณชาลีกำลังตกปลา(อยู่)ที่แม่น้ำ

7.

อยุธยาอยู่ที่ภาคกลางของประเทศไทยและอยู่ใกล้กับกรุงเทพฯ ตอนเช้าฉันกับเพื่อนพบกันที่สถานีรถไฟ เราขึ้นรถไฟไปอยุธยา
เรากินขนมกันบนรถไฟ เราไปดูช้างที่อยุธยา ฉันกับเพื่อนสนุกมาก

제5과

1.

1) ♀ : คุณชอบประเทศไทยไหมคะ

♂ : ชอบครับ

2) ♂ : คุณแม่อยู่ที่บ้านไหมครับ

♀ : อยู่ค่ะ

3) ♂ : อาจารย์สอนภาษาไทยไหมครับ

♀ : สอนค่ะ

4) ♀ : น้องสาวไปออกกำลังกายไหมคะ

♂ : ไปครับ

5) ♀ : คุณหิวไหมคะ

♂ : หิวครับ

2.

1) วันนี้อากาศดี

2) น้องสาวของเขาสวย

3) ภาษาไทยยาก

4) มือถือของผมแพง

5) นัมซันทาวเวอร์สูง

3.

1) อยากดูหนัง

2) อยากกินขนม

3) อยากไปบ้านเพื่อน

4) อยากอ่านหนังสือ

5) อยากดูทีวี

4.

1) ดิฉันจะไปดื่มกาแฟ

2) ผมจะไปปั่นจักรยาน

3) ดิฉันจะไปตลาด

4) ผมจะไปกินข้าว

5) ดิฉันจะไปดูหนัง

5.

1) ไม่มีเงิน		a) เบื่อ
2) ไม่เข้าใจ		b) อยากอยู่บ้าน
3) อากาศหนาว	เลย	c) อยากไปกินข้าว
4) หิว		d) ไม่ซื้อของ
5) เสื้อสวย		e) อยากซื้อ

(1–d, 2–a, 3–b, 4–c, 5–e)

6.

1) กินยาหลังกินข้าว (✔)

2) อาบน้ำหลังกินข้าว (✖)

3) ล้างมือก่อนกินข้าว (✔)

4) กลับบ้านก่อนเจอเพื่อน (✖)

5) อาบน้ำหลังออกกำลังกาย (✔)

7.

1) ขนมน่า(ดู / กิน)
2) หนังน่า(ไป /ดู)
3) หนังสือน่า(อ่าน / มา)
4) บ้านน่า(เรียน / อยู่)
5) หมาน่า(เขียน / รัก)

8.

1) เรียนเสร็จแล้วไปดื่มกาแฟกันดีไหม
2) ทำการบ้านเสร็จแล้วดูทีวีกันดีไหม
3) กินข้าวเสร็จแล้วไปซื้อของกันดีไหม
4) ซื้อของเสร็จแล้วกลับบ้านกันดีไหม
5) ทำงานบ้านเสร็จแล้วไปเดินเล่นกันดีไหม

9.

1) จะไปอ่านหนังสือค่ะ
2) จะไปออกกำลังกายครับ
3) จะไปเดินเล่นครับ
4) จะไปดูหนังค่ะ
5) จะไปสอน(ภาษาไทย)ค่ะ

10.

1) ดูหนังเสร็จแล้วจะไปใหนครับ → ไหน
2) คุณพัดชามาทำอะไรแถวนี่ครับ → นี้
3) อยากไปเดินเล่นที่สวนสาธารณะคะ → ค่ะ
4) วันนี้คุณมีเวละว่างไหมคะ → เวลา
5) ผมก้ออยากเดินเล่นเหมือนกันครับ → ก็

제6과

1.

1) คุณครูเขียนภาษาไทยสวย
2) ม้าวิ่งเร็ว
3) คุณปู่เดินช้า
4) คุณแม่ทำอาหารอร่อย
5) ดูหนังสนุก
6) วันนี้อากาศร้อนมาก

2.

1) ดิฉันอยากอ่านหนังสือแต่น้องชายอยากดูทีวี
2) ประเทศไทยอากาศร้อนแต่ประเทศเกาหลีอากาศหนาว
3) เขาเป็นคนจีนแต่เพื่อนของเขาเป็นคนญี่ปุ่น
4) ผมจะกลับบ้านแต่เขาจะไปซื้อของ
5) คุณพ่อชอบฟังเพลงไทยแต่คุณแม่ชอบฟังเพลงฝรั่ง

3.

1) คุณแม่ทำอาหารทุกวัน
2) ดิฉันมีเพื่อนต่างชาติหลายคน
3) วันนี้เพื่อนบางคนไม่มา
4) น้องเรียนภาษาอังกฤษทุกสัปดาห์
5) คุณพ่อไปบ้านคุณปู่คุณย่าทุกเดือน

4.

1) เขากำลังอาบน้ำอยู่
2) เขากำลังร้องเพลงอยู่
3) เขากำลังฟังเพลงอยู่
4) เขากำลังนอนอยู่
5) เขากำลังเล่นเกมอยู่

5.

1) เขาอ่านหนังสือ		a) ไม่มีเงิน
2) เขาเรียนภาษาไทย		b) อาจารย์พูดเร็ว
3) เขาอยากไปกินข้าว	เพราะว่า	c) อยากไปประเทศไทย
4) เขาไม่เข้าใจ		d) มีสอบ
5) เขาไม่ซื้อกระเป๋า		e) หิว

6.

1) คุณกำลังเรียนภาษาจีนอยู่ใช่ไหมครับ (✖)
2) ดิฉันกำลังเรียนภาษาไทยที่มหาวิทยาลัยค่ะ (✔)
3) ภาษาไทยเรียนไม่ยาก แต่สนุกค่ะ (✖)
4) คุณเรียนภาษาอังกฤษหลายวันไหมครับ (✖)
5) ดิฉันคุยกับเพื่อนต่างชาติทุกวันค่ะ (✔)

7.

1) ♂ : ไม่ง่ายครับ แต่สนุกครับ
2) ♀ : ไม่อยู่ค่ะ แต่คุณพ่ออยู่ค่ะ
3) ♀ : ไม่ชอบค่ะ แต่ชอบฟังเพลงค่ะ
4) ♂ : ไม่มีครับ แต่มีพี่สาวครับ
5) ♂ : ไม่มาครับ แต่คุณพ่อมาครับ

8.

1) คุณกำลังทำอ่ะไรอยู่ครับ → อะไร
2) ดิฉันกำลังทำกานบ้านภาษาไทยอยู่ค่ะ → การบ้าน
3) คุณครูอ่านหนังซืออะไรอยู่คะ → หนังสือ
4) คุณชอบเรียนการเขียนภาษาไทยไหม่คะ → ไหม
5) พรุ่งนี้มีเรียนการพูดภาสาจีนค่ะ → ภาษาจีน

9.

มีนากำลังเรียนภาษาไทยที่มหาวิทยาลัย ภาษาไทยสนุกมากแต่เรียนยาก เธอไม่ได้เรียนภาษาไทยทุกวันแต่อ่านหนังสือทุกวัน มีนากำลังอ่านหนังสือภาษาไทยอยู่ เพราะว่าพรุ่งนี้มีนามีสอบการอ่านภาษาไทย

제7과

1.

1) 10	๑๐	6) 53,000	๕๓,๐๐๐
2) 26	๒๖	7) 640,000	๖๔๐,๐๐๐
3) 37	๓๗	8) 7,220,000	๗,๒๒๐,๐๐๐
4) 450	๔๕๐	9) 89,000,000	๘๙,๐๐๐,๐๐๐
5) 8,900	๘,๙๐๐	10) 123,000,000	๑๒๓,๐๐๐,๐๐๐

2.

1) 9	เก้า	6) 860,000	แปดแสนหกหมื่น
2) 21	ยี่สิบเอ็ด	7) 1,990,000	หนึ่งล้านเก้าแสนเก้าหมื่น
3) 350	สามร้อยห้าสิบ	8) 55,000,000	ห้าสิบห้าล้าน
4) 1,200	หนึ่งพันสองร้อย	9) 300,000,000	สามร้อยล้าน
5) 47,000	สี่หมื่นเจ็ดพัน	10) 7,500,000,000	เจ็ดพันห้าร้อยล้าน

3.

1) รองเท้า 1 คู่
2) แตงโมง 3 ลูก
3) มือถือ 3 เครื่อง
4) หนังสือ 5 เล่ม
5) บ้าน 5 หลัง
6) รถ 3 คัน
7) ยางลบ 1 อัน
8) ดินสอ 1 แท่ง
9) ปากกา 3 ด้าม
10) ไก่ 3 ตัว

4.

1) ขอกาแฟครับ
2) ขอชิมขนมหน่อยนะคะ
3) ขอลองกางเกงหน่อยครับ
4) ขอมะม่วง 1 กิโลค่ะ
5) ขอดูทีวีหน่อยนะคะ

5.

1) A : เจอกันกี่โมงดี

B : เจอกันบ่ายสองโมงก็แล้วกัน

2) A : วันนี้ผมไม่ว่าง

B : งั้นไปพรุ่งนี้ก็แล้วกัน

3) A : คุณแม่ไปไม่ได้

B : งั้น ไปกับคุณพ่อก็แล้วกัน

4) A : ผมดื่มกาแฟไม่ได้

B : งั้น ดื่มโค้กก็แล้วกัน

5) A : ซื้อปากกาสีอะไรดี

B : ซื้อสีดำก็แล้วกัน

6.

1) มะม่วง	a) แพงมาก	
2) เรียนภาษาไทย	b) สนุกมาก	
3) เล่นเกม	c) ไม่อร่อย	เลย
4) อาหาร	d) หวานมาก	
5) รองเท้า	e) ไม่เข้าใจ	

7.

1) คุณลุงครับ มังคุดกิโลละเท่าไรครับ (✔)

2) แล้วมะม่วงล่ะครับ ขายยังไงครับ (✔)

3) ลูกละสามสิบห้าบาทค่ะ สี่ลูกร้อยบาทค่ะ (✖)

4) ไม่ถูกหรอกค่ะ หวานมากนะคะ (✖)

5) โอเคครับ งั้น ผมขอมะม่วงสามลูกครับ (✔)

8.

1) A : กางเกงตัวนี้ ราคา(เท่าไร / อะไร)คะ

B : 500 บาทครับ

2) A : แตงโมขายยังไงคะ

B : (ลูก / อัน)ละ 30 บาทครับ

3) A : มี(สี / สวย)ขาวไหมคะ

B : ไม่มีครับ

4) A : มีมังคุดไหมคะ

B : มีครับ (ลอง / ชิม)ได้นะครับ

5) A : ใส่ได้พอดีเลย (ลด / ซื้อ) ได้ไหมคะ

B : 450 บาทก็แล้วกันนะครับ

9.

1) ร้อง / เพลง = A : คุณร้องเพลงได้ไหม

B : ร้องได้

2) ทำ / อาหารเกาหลี = A : คุณทำอาหารเกาหลีได้ไหม

B : ทำได้

3) กิน / อาหารไทย = A : คุณกินอาหารไทยได้ไหม

B : กินได้

4) ขับ / รถ = A : คุณขับรถได้ไหม

B : ขับได้

5) เขียน / ภาษาไทย = A : คุณเขียนภาษาไทยได้ไหม

B : เขียนได้

10.

สมศรีไปซื้อผลไม้ที่ตลาดทุกวันเพราะผลไม้สดและราคาไม่แพง วันนี้สมศรีจะซื้อมะม่วงเพราะคุณพ่อคุณแม่ของสมศรีชอบทานมะม่วง แต่มะม่วงราคาแพงมากลูกละร้อยยี่สิบบาท ส่วนแตงโมราคาถูกมาก แตงโมลูกใหญ่ลูกละเจ็ดสิบบาท สมศรีจึงไม่ซื้อมะม่วงแต่ซื้อแตงโมแทน

제8과

1.

1) 아침 8시	แปดโมงเช้า	6) 오후 5시	ห้าโมงเย็น
2) 오전 10시	สิบโมงเช้า	7) 저녁 7시	หนึ่งทุ่ม
3) 정오	เที่ยง	8) 밤 10시	สี่ทุ่ม
4) 오후 1시	บ่ายโมง	9) 자정	เที่ยงคืน
5) 오후 3시	บ่ายสามโมง	10) 새벽 4시	ตีสี่

2.

1) ตอนนี้ 10(โมง / นาที) 15 ค่ะ

2) ผมจะพบคุณครูตอน (บ่าย / ตี) สามโมงครึ่งครับ

3) พรุ่งนี้ผมจะอ่านหนังสือ 3 (ชั่วโมง / โมง)

4) ดิฉันจะกินข้าวตอน (เที่ยง / 12 โมง) ค่ะ

5) ขอเวลา (ครึ่ง / สามสิบ) ชั่วโมงนะคะ

3.

1) A : วันนี้วันที่เท่าไร

B : วันนี้วันที่ 7

2) A : เรียนภาษาไทยวันอะไร

B : เรียนภาษาไทยวันพุธและวันศุกร์

3) A : คุณแม่มาวันที่เท่าไร

B : คุณแม่มาวันที่ 23

4) A : ออกกำลังกายวันอะไร

B : ออกกำลังกายวันจันทร์

5) A : พบอาจารย์วันที่เท่าไร

B : พบอาจารย์วันที่ 26

6) A : ไปเที่ยวทะเลวันที่เท่าไร

B : ไปเที่ยวทะเลวันที่ 30

4.

1) คุณนอนวันละกี่ชั่วโมง

2) คุณออกกำลังกายสัปดาห์ละกี่วัน

3) คุณมีเพื่อนคนไทยกี่คน

4) คุณอ่านหนังสือปีละกี่เล่ม

5) เขาซื้อเสื้อกี่ตัว

5.

1) คุณตื่นนอนกี่โมงครับ (✔)

2) ดิฉันตื่นนอนหกโมงเช้าและออกกำลังกายบางวันค่ะ (✖)

3) ขยันจังเลยครับ แล้วทำงานทุกวันไหมครับ (✖)

4) มีเรียนตั้งแต่วันจันทร์ถึงวันพฤหัสค่ะ (✖)

5) ปกติ เสาร์อาทิตย์ ช่วยงานที่บ้านค่ะ (✔)

6.

1) ทำงานตั้งแต่วันจันทร์ถึงวันเสาร์

2) ไปเที่ยวทะเลตั้งแต่วันศุกร์ถึงวันอาทิตย์

3) อ่านหนังสือตั้งแต่ 4 ทุ่มถึงเที่ยงคืน

4) ฟังเพลงตั้งแต่ 5 ทุ่มถึง ตี 3

5) มีสอบตั้งแต่วันที่ 3 ถึงวันที่ 7

6) ไม่อยู่บ้านตั้งแต่วันนี้ถึงพรุ่งนี้

7.

1) จากประเทศไทยถึงประเทศเกาหลีใช้เวลา 6 ชั่วโมง

2) จากกรุงเทพฯ ถึงภูเก็ตใช้เวลา 10 ชั่วโมง

3) จากบ้านถึงโรงเรียนใช้เวลา 10 นาที

4) จากกรุงโซลถึงปูซานใช้เวลา 5 ชั่วโมง

5) จากมหาวิทยาลัยถึงตลาดใช้เวลา 5 นาที

8.

วันนี้วันอังคาร สมชายตื่นนอน 7 โมงเช้าเพราะมีเรียนตั้งแต่ 9 โมงเช้าถึง 4 โมงเย็น เขาอาบน้ำ แต่งตัวแล้วไปเรียน สมชายเรียนภาษาเกาหลี 3 ชั่วโมงและไปทานข้าวกับเพื่อนที่โรงอาหาร สมชายไม่อยากกินข้าวจึงสั่งก๋วยเตี๋ยวกับกาแฟเย็น ตอนเย็นสมชายมีนัดกับเพื่อนหน้าโรงหนังตอน 1 ทุ่ม สมชายดูหนังกับเพื่อนสนุกมาก

제9과

1.

1) พี่ชายไม่ค่อยชอบดูหนังรัก

2) คุณไปออกกำลังกายบ่อย ๆ ไหม

3) พาทีชอบดูหนังตลกเป็นพิเศษ

4) เมื่อมีเวลาว่างคุณชอบปลูกต้นไม้ไหม

5) เขาไม่ค่อยชอบหนังชีวิตเพราะดูแล้วเครียด

2.

1) ซอจุนชอบไปว่ายน้ำบ่อย ๆ

2) ปิติชอบเล่นเกมบ่อย ๆ

3) นิดาไม่ค่อยชอบไปปีนเขา

4) พาทีชอบไปดูหนังบ่อย ๆ

5) มินจูไม่ค่อยชอบเล่นเกม

6) พาทีชอบกินเนื้อย่างบ่อย ๆ

7) นิดาชอบกินขนมบ่อย ๆ

8) ซอจุนไม่ค่อยชอบกินปลาทอด

9) ปิติไม่ค่อยชอบกินหมูย่าง

10) มินจูไม่ค่อยชอบกินขนม

3.

1) กลางสัปดาห์ที่แล้วอากาศหนาวมาก

2) อีกห้าปีข้างหน้าเขาจะแต่งงาน

3) ปลายปีนี้คุณพ่อคุณแม่จะไปเที่ยวเยอรมัน

4) เมื่อสองปีก่อนฉันไปดูใบไม้เปลี่ยนสีที่ภูเขาซอรัก

5) ต้นสัปดาห์หน้าเรานัดกันที่หน้าสถานีรถไฟโซล

4.

1) พรุ่งนี้ วันอังคาร (✖)

2) เมื่อวานซืนนี้ วันที่ 23 มิถุนายน (✔)

3) เดือนหน้า เดือนกรกฎาคม (✔)

4) สามเดือนที่แล้ว เดือนกันยายน (✖)

5) อีกหกเดือนจะมีวันคริสต์มาส (✔)

6) กลางสัปดาห์หน้ามีสอบ (✖)

7) ปลายอาทิตย์หน้าไปพบอาจารย์คิม (✖)

8) สิ้นเดือนนี้วันเกิดพ่อ (✔)

9) เสาร์อาทิตย์ที่แล้วไปอยุธยา (✖)

10) ต้นสัปดาห์ที่ผ่านมานัดเพื่อน (✖)

5.

1) มกราคม 2) กุมภาพันธ์ 3) มีนาคม

4) เมษายน 5) พฤษภาคม 6) มิถุนายน

7) กรกฎาคม 8) สิงหาคม 9) กันยายน

10) ตุลาคม 11) พฤศจิกายน 12) ธันวาคม

6.

- พฤษภาคม
- มกราคม
- สิงหาคม
- มิถุนายน
- กันยายน
- กุมภาพันธ์
- กรกฎาคม
- เมษายน
- ตุลาคม
- พฤศจิกายน
- มีนาคม
- ธันวาคม

7.

ฉันเคยไปอเมริกาหนึ่งครั้ง แต่ฉันไม่ค่อยชอบอเมริกา ฉันชอบประเทศไทยมากจึงไปประเทศไทยบ่อย ๆ ครั้งแรกฉันไปประเทศไทยกับครอบครัวเมื่อสามปีที่แล้ว ครั้งที่สองฉันไปกับเพื่อนเมื่อต้นปีที่แล้ว และครั้งที่สามฉันไปเมื่อเดือนที่แล้ว ฉันคิดว่าปลายปีนี้ ฉันจะไปประเทศไทยอีกครั้งหนึ่ง และอีกสามปีข้างหน้า เมื่อเรียนจบ ฉันก็จะไปประเทศไทยอีก

제10과

1.

1) นารา น้ำหนักมาก กว่า วีณา(น้ำหนัก)

2) ศิลา อายุมาก กว่า กิต (อายุ)

3) วีณา เตี้ย กว่า ศิลา (ส่วนสูง)

4) กิต น้ำหนักมาก กว่า นารา (น้ำหนัก)

5) นารา อายุน้อย กว่า ศิลา (อายุ)

6) วีณา อายุน้อย กว่า กิต (อายุ)

7) ศิลา สูง กว่า วีณา (ส่วนสูง)

8) วีณา น้ำหนักน้อย กว่า นารา (น้ำหนัก)

9) กิต เตี้ย ว่า ศิลา (ส่วนสูง)

10) ศิลา อายุมาก กว่า นารา (อายุ)

2.

ซอจุน นิดาเราไปกินผัดไทย กันเถอะ

นิดา ซอจุนอยากกินผัดไทย เหรอคะ

ซอจุน ใช่ครับ อยากกินมาก

นิดา เราไปร้านไหนดีคะ ร้านหน้า ม. หรือ ร้าน หลัง ม.

ซอจุน ไปร้านหลัง ม. ดีไหมครับ

นิดา ดีค่ะ ร้านนี้ อร่อยกว่า ร้านหน้า ม.

ซอจุน ผัดซีอิ๊วร้านนี้ก็ อร่อย นะครับ

นิดา เหรอคะ งั้น ต้อง ลองชิม ค่ะ

ซอจุน วันนี้นิดาจะกินผัดไทย หรือ ผัดซีอิ๊วครับ

นิดา วันนี้จะกินผัดไทยค่ะ พรุ่งนี้ จะไปกินผัดซีอิ๊ว

3.

1) เราไปซื้อ แกงส้ม/หมูปิ้ง/ไก่ย่าง/ผัดกะเพรา กันเถอะ

2) เธอ/คุณ ไม่ชอบดื่มชาเย็นเหรอ

3) ห้องพี่สาวสะอาดกว่าห้องน้องชาย

4) ร้านใหม่อร่อยกว่าร้านเก่า

5) เธอ/คุณ จะกิน แกงส้ม/หมูปิ้ง/ไก่ย่าง/ผัดกะเพรา หรือ แกงส้ม/หมูปิ้ง/ไก่ย่าง/ผัดกะเพรา ดีครับ

4.

ข้าวผัดกะเพราหมู	ชาม
ผัดซีอิ๊ว	แก้ว
ก๋วยเตี๋ยวปลา	ชิ้น
หมูปิ้ง	จาน
โค้ก	ขวด
บัวลอย	ถ้วย
นมเย็น	ห่อ
ไก่ย่าง	ไม้

5.

1) ร้าน หวาน หวาน มี ประเภทอาหาร มากที่สุด

2) ร้านดอกไม้หอมมีจำนวนที่นั่ง มากกว่า ร้านบ้านริมน้ำ

3) ร้านบ้านคุณเจี๊ยบ อร่อย/คะแนนความอร่อยมาก ที่สุด

4) ร้านสะอาดมีจำนวนพนักงาน น้อยที่สุด

5) ร้านบ้านริมน้ำมี พื้นที่ มากที่สุด

6. อ่านแล้วตอบคำถาม

다음 문장을 읽고 알맞은 것을 고르시오.

1) ② 2) ③ 3) ②

4) ④ 5) ① 6) ③

7.

1) ข้าวผัดกุ้ง 2) ก๋วยเตี๋ยวหมู

3) ไก่ย่าง 4) ผัดไทย

5) ลูกชิ้น 6) แตงโมปั่น

7) ทับทิมกรอบ 8) เปรี้ยว

9) หวาน 10) เค็ม

11) เผ็ด 12) จืด

1.

1) เธอไม่เคยดูหนังเกาหลี (ที่ประเทศเกาหลี)

2) (วันนี้)ผมได้เรียนภาษาไทยกับอาจารย์สมชาย

3) เขาเคยไปกรุงเทพฯ เชียงใหม่ แล้วก็ภูเก็ตด้วย

4) คุณแม่แต่งตัวเสร็จหรือยัง

5) (วันนี้) น้องชายไม่ได้เล่นเกมเพราะพรุ่งนี้มีสอบ

2.

1) เด็กที่เคยอยู่บ้านนี้ไปเรียนต่อที่ประเทศเกาหลี

2) ฉันคิดถึงเพื่อนที่อยู่เชียงใหม่

3) ขนมที่เธอซื้อมาเมื่อวานหมดแล้ว

4) กางเกงขาสั้นที่อยู่ในตู้เสื้อผ้าเป็นของฉัน

5) กระโปรงที่คุณแม่ให้เธอสวยมาก

6) น้องชายของฉันที่เธอเคยเจอสอบเข้ามหาวิทยาลัยแล้ว

7) คุณแม่ชอบบ้านที่อยู่ริมทะเล

8) เค้กผลไม้ที่เธอทำอร่อยมาก

9) สวนสาธารณะที่อยู่ใกล้บ้านมีต้นไม้มาก

10) พี่สาวที่เพิ่งเรียนจบจะแต่งงานเดือนหน้า

3.

ที่ฉันมา		พรุ่งนี้มีสอบ
ที่เขาไป		ไม่มีเวลาทำความสะอาด
ที่ต้องอ่านหนังสือ		วันนี้จะมีคนมางานมาก
ที่ผมเพิ่งมา		คุณแม่ไม่ให้เล่นเกม
ที่ต้องไปโรงอาหาร		คนไทยใจดีมาก
ที่น้องเสียใจ	เพราะ	อยากพบเธอ
ที่ต้องเริ่มทำอาหารตั้งแต่เช้า		วันนี้รถติดมาก
ที่ห้องสกปรก		ผมมาสายมาก
ที่ฉันชอบประเทศไทย		ไม่อยากอยู่ที่นี่
ที่ต้องขอโทษ		ตอนนี้หิวมาก

4.

1) เคยครับ/ค่ะ, ไม่เคยครับ/ค่ะ

2) 20 แล้วครับ/ค่ะ, ยังครับ/ค่ะ

3) เคยครับ/ค่ะ, ยังครับ/ค่ะ

4) เอาครับ/ค่ะ, ไม่เอาครับ/ค่ะ

5) เคยครับ/ค่ะ, ยังครับ/ค่ะ

6) คุณเรียนจบหรือยัง

7) คุณเคยกินผัดซีอิ๊วหรือยัง/ไหม

8) คุณออกกำลังกายเสร็จหรือยัง

9) เอาของหวานไหม

10) คุณเคยดูหนังเรื่องนี้หรือยัง

5.

ปิติ มินจูเคยไป ภูเก็ตไหมครับ

มินจู ไม่เคยค่ะ ปิติ เคยไปไหมคะ

ปิติ เคยครับ ภูเก็ตสวยมาก

มินจู ไปกับ ใคร(เหรอ)คะ

ปิติ ไปกับเพื่อนครับ

มินจู ได้ เล่นน้ำทะเลไหมคะ

ปิติ ได้ครับ ทะเลภูเก็ตสวยจริง ๆ ครับ
มินจู เคยไป เที่ยวที่ไหนบ้างครับ

มินจู เคยไป เชียงใหม่ ค่ะ สนุกมาก ชอบมากค่ะ คนเชียงใหม่น่ารัก

ปิติ ได้ ขึ้นดอยไหมครับ

มินจู ไม่ได้ ขึ้นค่ะ เพราะมีเวลาน้อย
ปีหน้า จะไป เชียงใหม่กับ ครอบครัว/เพื่อน ค่ะ

1) ③

2) ④

6.

ก จะไปไหน จ๊ะ

ข จะไปห้องสมุด อะ
แล้ว เธอ ล่ะ

ก เรา จะไปกินข้าว

ข ไปละนะ แล้วพบกัน จ้ะ

7.

1) ②

2) ②

3) ②

4) ②

제12과

1.

1) ห้ามกินขนมในห้องสมุด
2) เราควรออกกำลังกายทุกวัน
3) คุณไม่ควรดื่มเหล้ามากเพราะจะไม่แข็งแรง
4) นักศึกษาที่เข้าเรียนทุกคนต้องแต่งชุดนักศึกษา
5) คุณแม่ไม่ต้องทำอาหารเย็นเพราะเราจะไปทานที่ร้านอาหาร

2.

เมื่อวานฉันเป็นไข้หวัด ตัวร้อนและปวดหัวมาก จึงไปหาหมอ หมอให้ยามาทานสามวัน และบอกว่าฉันควรพักผ่อนมาก ๆ จิบน้ำอุ่นบ่อย ๆ และห้ามดื่มเหล้า ถ้าไม่หายต้องกลับไปฉีดยา วันนี้ฉันไปเรียนหนังสือไม่ไหว

3.

1) คุณต้องกินอาหารเช้าทุกวัน
2) ผู้หญิงไม่ต้องไปเป็นทหาร
3) เราควรอ่านหนังสือภาษาไทยทุกวัน
4) คุณไม่ควรกินอาหารเผ็ด
5) อย่านอนหลับในห้องเรียน
6) ห้ามสูบบุหรี่ในโรงหนัง

4.

1) ได้ครับ/ค่ะ, ไม่ได้ครับ/ค่ะ

2) ไหวครับ/ค่ะ, ไม่ไหวครับ/ค่ะ

3) เป็นครับ/ค่ะ, ไม่เป็นครับ/ค่ะ

4) ได้ครับ/ค่ะ, ไม่ได้ครับ/ค่ะ

5) เป็นครับ/ค่ะ, ไม่เป็นครับ/ค่ะ

6) คุณไปเรียนไหวไหม

7) คุณกินอาหารเผ็ดได้ไหม

8) คุณว่ายน้ำเป็นไหม

9) คุณเดินขึ้นไปชั้น 10 ไหวไหม

10) คุณนั่งรอที่นี่ได้ไหม

5.

1) เธอ (เดินเข้ามานั่งร้องไห้) ในห้อง

2) น้องชาย (ชอบออกไปเล่น) นอกบ้าน

3) เธอช่วย (ออกไปซื้อขนมปังให้) หน่อย

4) ครู (ต้องพานักเรียนไปร้องเพลง) ที่โรงละคร

5) เขา (คงเดินไปถึง) สวนสาธารณะแล้ว

6) เสือ (วิ่งออกมากิน) เนื้อ

7) เพื่อนของฉัน (ลื่นล้มตกบันไดแขนหัก) เมื่อวานนี้

8) คุณช่วย (เดินมานั่งพูด) ใกล้ ๆ ฉันหน่อย

9) พี่สาว (รีบแต่งตัวออกไปทำงาน) ตั้งแต่เช้า

10) วันนี้เขา (คงอยากมาพูดให้เธอฟัง)

6.

หมอ เป็นอะไร คะ

พาที ตัวร้อน ปวดหัว แล้วก็ ปวดตา ด้วยครับ

หมอ ปวดมากไหมคะ เป็นมา กี่วัน แล้ว

พาที ไม่มากครับ เพิ่ง เป็นวันนี้ครับ

หมอ อาการแบบนี้ น่าจะ เป็นเพราะเครียดค่ะ

พาที คงจะใช่ครับ ช่วงนี้ งานยุ่ง มาก

หมอ หมอจะให้ ยา ไปทานสักสามวันนะคะ
คุณ ควร พักผ่อนและ ออกกำลังกาย ด้วย อย่า เครียด
ชอบ ดื่มเหล้า หรือเปล่าคะ

พาที ชอบครับ

หมอ ช่วงนี้ ห้าม ดื่มนะคะ

พาที ดื่มกาแฟ ได้ ไหมครับ

หมอ ไม่ควร ดื่มค่ะ หาย ก่อน แล้วค่อยดื่ม ดีกว่า ค่ะ

พาที ต้อง ฉีดยา ไหมครับ

หมอ ไม่ต้องค่ะ

พาที ขอบคุณครับ สวัสดีครับ

1) ④ 2) ① 3) ④ 4) ②

7.

1) ② 2) ② 3) ③ 4) ④

คำศัพท์

어휘

어휘

1. ก็ ~도, 역시
2. ก็แล้วกัน ~기로 하다, ~로 하자
3. กรกฎาคม 7월
4. กระเป๋า 가방
5. กระเป๋าดินสอ 필통
6. กระเป๋าสตางค์ 지갑
7. กระโปรง 치마
8. กล้วย 바나나
9. กลาง 가운데, 중간
10. ก๋วยเตี๋ยว 쌀국수
11. กว่า 더~(비교급)
12. ก่อน 전에
13. กันเถอะ ~(으)ㅂ시다(권유)
14. กันยายน 9월
15. กับ 하고
16. กาแฟ 커피
17. กางเกง 바지
18. กางเกงยีนส์ 청바지
19. การบ้าน 숙제
20. กำลัง ~고 있다
21. กำลัง...อยู่ ~고 있다
22. กิโล 킬로그램(กิโลกรัม, กก.)
23. กิน 먹다
24. กี่ 몇
25. กี่โมง 몇 시
26. กี่คน 몇 명
27. กี่คืน 몇 박
28. กี่ชั่วโมง 몇 시간
29. กี่วัน 며칠
30. กุ้ง 새우
31. กุมภาพันธ์ 2월
32. เก่ง 잘하다

33. เกรงใจ 부담을 느끼다

34. เก่า 낡다, 오래되다

35. เก้า 구

36. เก้าโมง(เช้า) 아침 9시

37. เก้าสิบเก้า 구십구

38. เก้าอี้ 의자

39. แก้ม 볼

40. แก้ว 잔, 컵

41. ใกล้ 가깝다

42. ไก่ย่าง 닭구이

43. ไกล 멀다

44. ขนม 과자

45. ขนมเค้ก 케이크

46. ขนมหวาน 디저트

47. ขม 쓰다

48. ขยัน 부지런하다

49. ขวด 병

50. ขวา/ข้างขวา 오른쪽

51. ขอ ~를 주세요, ~게 해주세요

52. ขอโทษ 미안하다/ 죄송하다

53. ของ 물건

54. ของ 의(소유)

55. ขอบคุณ 감사하다

56. ข้อมือ 손목

57. ขา 다리

58. ข้างหน้า 후에

59. ข้าง ๆ 옆

60. ขาย 팔다

61. ข้าว 밥

62. ขาว 하얗다, 하얀

63. ข้าวกลางวัน 점심 식사

64. ข้าวผัด 볶음밥

65. ข้าวผัดกุ้ง 새우볶음밥

66. ข้าวผัดสับปะรด 파인애플볶음밥

67. ขี่ 타다

68. ขี้เกียจ 게으르다

69. ขีด 100그램

70. ขึ้น 오르다, 타다

71. เข็มขัด 허리띠

72. เขา 그

73. เข้าใจ 이해하다

74. แขน 팔

75. ไข่ไก่ 계란

76. คน 명, 사람

77. ครอบครัว 가족

78. ครั้ง 번(분류사)

79. ครัว 부엌

80. ครึ่ง 반, 절반

81. ครึ้ม 흐리다
82. ความสุข 행복
83. คอ 목
84. คัน (차) 대, (우산)
85. คุณ 당신, ~ 씨
86. คุณครู 선생님, 교사
87. คุณหมอ 의사 선생님
88. คุย 이야기하다
89. คู่ 짝, 쌍, 켤레
90. เค็ม 짜다
91. เครียด 긴장하다, 스트레스를 받다
92. เครื่อง 대(기계)
93. เครื่องดื่ม 음료
94. โค้ก 콜라
95. งั้น (접속사)그렇다면
96. งานที่โรงเรียน 학교일
97. งานที่ทำงาน 직장일
98. งานที่บริษัท 회사일
99. งานที่บ้าน 집안일
100. งานที่มหาวิทยาลัย 대학교일
101. ง่าย 쉽다
102. เงิน 돈
103. จมูก 코
104. จริง ๆ 진짜, 정말로
105. จักรยาน 자전거
106. จัง 매우, 아주
107. จาก ~로부터
108. จาน 접시
109. จำนวน 수량
110. จิบ 조금씩 마시다
111. จืด 싱겁다, 심심하다
112. เจ็ด 칠(7)
113. เจ็ดโมง(เช้า) 아침 7시
114. ใจดี 친절하다
115. ฉัน 나
116. ฉีดยา 주사를 맞다, 주사를 놓다
117. ชมพู่ 로즈애플
118. ช่วย 돕다
119. ชอบ 좋아하다, 선호하다
120. ช้า 천천히
121. ชาม 대접, 그릇
122. ชาวต่างชาติ 외국인
123. ชิ้น 조각
124. ชิม 맛(간)을 보다
125. ชื่อ 이름
126. ชื่อเล่น 닉네임
127. เชิญ 어서, 초대하다
128. เชียงใหม่ 치앙마이

129. ใช่ 네/맞다

130. ซ้าย/ข้างซ้าย 왼쪽

131. ซื้อ 사다

132. โซฟา 소파

133. ญาติ 친척

134. ญี่ปุ่น 일본

135. ด้วยกัน 같이

136. ดอก (꽃) 송이

137. ดอกไม้ 꽃

138. ด้าม 자루(펜, 칼)

139. ดิฉัน 저(여성용)

140. ดินสอ 연필

141. ดี 좋다

142. ดื่ม 마시다

143. ดู 보다

144. ดูหนัง 영화를 보다

145. เดรส 드레스

146. เดิน 걷다

147. เดินเล่น 산책하다

148. เดือน 달, 월

149. ได้ ~(으)ㄹ 수 있다(가능)

150. ได้ 가능하다

151. ตก 떨어지다

152. ตกปลา 낚시하다

153. ตกลง 동의하다

154. ต้น 초

155. ต้น (나무) 그루

156. ต้มยำกุ้ง 똠얌꿍

157. ตรงข้าม 맞은편

158. ตลาด 시장

159. ต่อ 계속하다, 이어지다

160. ต้อง ~해야 하다

161. ตอนเช้า 아침에

162. ตอนเช้ามืด 새벽에

163. ตอนเที่ยง 점심에

164. ตอนเย็น 저녁에

165. ตอนกลางคืน 밤에

166. ตอนกลางวัน 낮에

167. ตอนค่ำ 밤에

168. ตอนดึก 늦은 밤에

169. ตอนนี้ 지금, 현재

170. ตอนบ่าย 오후에

171. ตั้งแต่ ~부터(주로시간적의미)

172. ตั้งใจ 열심히

173. ตัว 마리, (옷) 벌

174. ตั๋วรถไฟ 기차표

175. ตัวร้อน 열이 나다

176. ตา 눈

177. ตา 외할아버지

178. ต่างชาติ 외국

179. ต่างหู 귀걸이

180. ตารางเมตร 제곱 미터

181. ตำรวจ 경찰

182. ตีสอง 새벽 2시

183. ตีสาม 새벽 3시

184. ตีสี่ 새벽 4시

185. ตีหนึ่ง 새벽 1시

186. ตีห้า 새벽 5시

187. ตื่น(นอน) (잠에서)깨다

188. ตุ๊กตา 인형

189. ตุ๊กตาหมู 돼지 인형

190. ตุ้มหู 귀걸이

191. ตุลาคม 10월

192. ตู้เย็น 냉장고

193. ตู้เสื้อผ้า 옷장

194. เตี้ย 키가 작다

195. แต่ (접속사)그러나

196. แตงโม 수박

197. แตงโมปั่น 수박주스

198. โต๊ะ 책상

199. ใต้/ข้างใต้ 밑쪽

200. ถ้วย 공기, 컵

201. ถึง 도착하다, ~까지

202. ถุง 봉지

203. ถุงเท้า 양말

204. ถุงมือ 장갑

205. ถูก 싸다

206. แถว 근처

207. แถวนี้ 이 근처, 이 부근

208. ท้อง 배

209. ทะเล 바다

210. ทักทาย 인사

211. ท่าน 그분(2, 3인칭, 존대)

212. ท่าน 분 (수량사)

213. ทานข้าว 식사하다

214. ทำ 하다

215. ทำไม 왜

216. ทำไม 왜(의문사)

217. ทำอาหาร 요리하다

218. ทำ 하다, 만들다

219. (ทิศ)เหนือ 북(쪽)

220. (ทิศ)ใต้ 남(쪽)

221. (ทิศ)ตะวันตก 서(쪽)

222. (ทิศ)ตะวันออก 동(쪽)

223. ที่ 에/에서

224. ที่แล้ว 지난

225. ที่โน่น 저기

226. ที่ไหน 어디(의문사)

227. ที่นั่ง 좌석

228. ที่นั่น 거기

229. ที่นี่ 여기

230. ที่ผ่านมา 지난

231. ทีวี 텔레비전

232. ที่สุด 가장, 제일, 최고로

233. ทุเรียน 두리안

234. ทุกวัน 매일

235. เท้า 발

236. เท่าไร 얼마(의문사)

237. เที่ยง 열두 시, 정오

238. เที่ยงคืน 자정

239. เที่ยว 놀다, 여행하다

240. แท่ง 자루(연필, 막대)

241. แทน 대신에

242. ธันวาคม 12월

243. เธอ 그녀

244. นอก/ข้างนอก 바깥쪽

245. น่อง 종아리

246. น้องชาย 남동생

247. น้องสาว 여동생

248. นอน 자다

249. นะ 어조사(어투를 부드럽게 하거나 명령, 청유 등의 화법을 나타내 기도 함)

250. นักเรียน 학생

251. นักกีฬา 운동선수

252. นักศึกษา 대학생

253. นั่ง 앉다

254. นัด 약속하다, 약속

255. นั่น 그

256. นั้น 그

257. น่า ~만하다, ~스럽다

258. น้า 엄마 손아래(이모/ 외삼촌)

259. น่าเที่ยว 놀 만하다

260. น่าเรียน 배울 만하다

261. น่าใช้ 사용할 만하다

262. น่าไป 갈 만하다

263. น่าขับ 운전할 만하다

264. น่าจะ 아마 ~하다

265. น่านั่ง 앉을 만하다, 탈 만하다

266. น่าฟัง 들을 만하다

267. น่าสงสาร 불쌍하다

268. นาฬิกา 시계

269. นาฬิกาข้อมือ 손목시계

270. น่าอ่าน 읽을 만하다

271. น้ำส้ม 오렌지주스

272. น้ำหนัก 몸무게
273. นิดหน่อย 조금
274. นิ้วเท้า 발가락
275. นิ้วมือ 손가락
276. นี่ 이
277. นี้ 이
278. เนคไท 넥타이
279. แนว 줄, 행, 렬, 노선, 경향, 장르
280. โน้ตบุ๊ก 노트북
281. โน่น 저
282. โน้น 저
283. ใน 안
284. บน/ข้างบน 위쪽
285. บริษัท 회사
286. บ่อย 자주
287. บันได 계단
288. บาท 밧
289. บ้าน 집
290. บ้านเกิด 고향
291. บ่ายโมง 오후 1시
292. บ่ายนี้ 오늘 오후
293. บ่ายสอง(โมง) 오후 2시
294. บ่ายสาม(โมง) 오후 3시
295. บ่ายสี่(โมง) 오후 4시
296. เบอร์ 번호
297. เบอร์มือถือ 핸드폰 번호
298. เบื่อ 지루하다/ 질리다
299. แบบนี้ 이런 식으로
300. ปกติ 보통, 대개, 정상의
301. ประเทศ 국가
302. ประเทศเกาหลี 한국
303. ประเทศไทย 태국
304. ประเภท 종류
305. ประชุม 회의하다
306. ปลาย 말
307. ปลาหมึก 어징어
308. ปลูก 심다
309. ปลูกต้นไม้ 나무를 심다
310. ปวด (통증을 느끼며) 아프다
311. ปั่นจักรยาน 자전거를 타다
312. ป้า 아주머니, 숙모, 아줌마
313. ปาก 입
314. ปากกา 볼펜
315. ปาร์ตี้ 파티
316. ปี 년/해/살(수량사)
317. ปีนเขา 등산하다
318. ปู่ 할아버지
319. เป็น ~이다

320. เป็นเวลา 동안
321. เป็นไข้หวัด 감기에 걸리다
322. เป็นพิเศษ 특히, 특별히
323. เป็นอะไร 무슨 일이 나다, 문제가 생기다
324. เปรี้ยว 시다
325. เปิด 열다, 켜다, 펼치다
326. แปด 팔
327. แปดโมง(เช้า) 아침 8시
328. ไป 가다
329. ไปเยี่ยม 방문하다
330. ไปรษณีย์ 우체국
331. ผม 머리카락
332. ผม 저(남성용)
333. ผลไม้ 과일
334. ผัดไทย 팟타이
335. ผี 귀신
336. เผ็ด 맵다
337. ฝนตก 비가 내리다
338. ฝรั่ง 구아바
339. ฝาด 떫다
340. พนักงาน 직원
341. พนักงานบริษัท 회사원
342. พบ 만나다
343. พระจันทร์ 달
344. พรุ่งนี้ 내일
345. พฤศจิกายน 11월
346. พฤษภาคม 5월
347. พวกเรา 우리
348. พ่อ 아버지
349. พอดี 딱 맞다, 마침
350. พักผ่อน 쉬다, 휴식을 취하다
351. พัน 천
352. พาย 파이
353. พิเศษ 특별하다
354. พี่ชาย 오빠/ 형
355. พี่น้อง 형제/ 자매
356. พี่สาว 언니/ 누나
357. พื้นที่ 면적
358. พูด 말하다
359. เพราะว่า 왜냐하면 …때문이다
360. เพลง 노래, 음악
361. เพิ่ง 방금
362. เพื่อน 친구
363. แพง 비싸다
364. ฟัง 듣다
365. ฟัน 이, 치아
366. แฟน 애인
367. ภรรยา 아내

368. ภาคเหนือ 북부
369. ภาคใต้ 남부
370. ภาคกลาง 중부
371. ภาคอีสาน 동북부
372. ภาษาไทย 태국어
373. ภาษาญี่ปุ่น 일본어
374. ม. 대학
375. มกราคม 1월
376. มหาวิทยาลัย 대학교
377. มะม่วง 망고
378. มะรืนนี้ 모레
379. มะละกอ 파파야
380. มังคุด 망고스틴
381. มัน 기름지다, 고소하다
382. ม้า 말
383. มา 오다
384. มาก 매우
385. มิถุนายน 6월
386. มี 있다
387. มีนาคม 3월
388. มือ 손
389. มือถือ 핸드폰
390. เมษายน 4월
391. เมื่อ 때, ~(으)ㄹ 때, ~(으)면
392. เมื่อวาน 어제
393. เมื่อวานซืน 그제
394. แม่ 어머니
395. แม่น้ำ 강
396. แมว 고양이
397. โมง 시(분류사)
398. ไม้ 꼬치
399. ไม่ 안(부정사)
400. ไม่เจอกันนาน 오랜만이다
401. ไม่เป็นไร 괜찮다
402. ไม่ใช่ 아니다
403. ไม่ค่อย 그다지~하지 않다, 별로 아니다
404. ยัง 아직
405. ยังไง 어떻게(อย่างไร의 축약형)
406. ยา 약
407. ย่า 할머니
408. ยาก 어렵다
409. ย่าง 굽다
410. ยาย 외할머니
411. ยินดีที่ได้รู้จัก 만나서 반갑다
412. ยี่สิบ 이십
413. เย็น 저녁
414. เย็น 차갑다, 시원하다
415. แย่ 나쁘다

416. รถเมล์ 버스

417. รถไฟ 기차

418. รถยนต์ 자동차

419. รสหวาน 단맛

420. ร้อง (노래) 부르다

421. รองเท้า 신발

422. ร้อน 덥다

423. ร้อย 백

424. รัก 사랑하다

425. รักษา 지키다/ 치료하다

426. ราคา 값

427. ร้าน 가게, 점포

428. ร้านเครื่องเขียน 문구점

429. ร้านกาแฟ 커피숍

430. ร้านขนมปัง 빵집

431. ร้านขายยา 약국

432. ร้านหนังสือ 서점

433. ร้านอาหาร 식당

434. ริม 변

435. รีบ 서두르다

436. รุ่นน้อง 후배

437. รูป 사진

438. เร็ว 빨리

439. เรียน 공부하다/배우다

440. โรงเรียน 학교

441. โรงเรียนประถม 초등학교

442. โรงเรียนมัธยม 중등학교

443. โรงเรียนมัธยมต้น 중학교

444. โรงเรียนมัธยมปลาย 고등학교

445. โรงเรียนอนุบาล 유치원

446. โรงพยาบาล 병원

447. โรงหนัง 영화관

448. โรงอาหาร 학생 식당, 학교 식당, 구내 식당

449. ลด 깎다, 줄이다

450. ลมแรง 바람이 세다

451. ลอง 시도하다, ~해보다

452. ละ ~당/생략하다

453. ล่าง/ข้างล่าง 밑쪽

454. ล้างจาน 설거지하다

455. ล้างมือ 손을 씻다

456. ล้าน 백만

457. ลำ (비행기, 배) 대

458. ลำไย 롱안

459. ลื่น 미끄러지다

460. ลุง 부모 손위(남)

461. ลูก (과일)~ 개

462. ลูกชาย 아들

463. ลูกชิ้น 고기완자

464. ลูกสาว 딸
465. ลูกสาวคนเดียว 외동딸
466. ลูกหลาน 손주
467. เล็ก 작다
468. เล่นเกม 게임을 하다
469. เล่ม 권, (작은칼)
470. เลย 완전, 그래서
471. เลย 지나치다, 매우
472. แล้ว 그럼, 그러면
473. แล้วก็ 그리고
474. แล้วคุณล่ะ 당신은요?
475. แล้วพบกันใหม่ 또 만나다
476. วันเสาร์ 토요일
477. วันจันทร์ 월요일
478. วันนี้ 오늘
479. วันพฤหัส(บดี) 목요일
480. วันพุธ 수요일
481. วันศุกร์ 금요일
482. วันอังคาร 화요일
483. วันอาทิตย์ 일요일
484. วัว 소
485. ว่าง 시간이 비다, 시간이 나다, 한가하다
486. ว่ายน้ำ 수영하다
487. วิชา 과목
488. วิชาเอก 전공
489. เวลา 시간
490. แว่นตา 안경
491. ไว ๆ 빨리
492. สกปรก 더럽다
493. สงสาร 불쌍하다
494. สด 신선하다, 싱싱하다
495. สถานที่ 장소
496. สถานี 역
497. สถานีตำรวจ 경찰서
498. สถานีรถไฟ 기차역
499. สนใจ 관심 있다
500. สนามกีฬา 운동장
501. สนามบิน 공항
502. สนุก 재미있었다
503. สบายดี 잘 지내다
504. ส้ม 귤
505. สมุด 공책
506. สร้อยคอ 목걸이
507. สระว่ายน้ำ 수영장
508. สวนสาธารณะ 공원
509. ส่วนสูง 키
510. สวย 예쁘다
511. สวัสดี 안녕하세요

512. สอง 이

513. สองทุ่ม 저녁 8시

514. สอบ 시험, 시험을 보다

515. สะอาด 깨끗하다

516. สัก 쯤, 약, 대략

517. สับปะรด 파인애플

518. สัปดาห์ 주

519. สาม 삼

520. สามทุ่ม 밤 9시

521. สามสิบ 삼십

522. สามี 남편

523. สิงหาคม 8월

524. สิ้น 말

525. สิบ 십

526. สิบเอ็ด 십일

527. สิบเอ็ดโมง(เช้า) 오전 11시

528. สิบโมง(เช้า) 오전 10시

529. สิบสอง 십이

530. สี่ 사

531. สี 색, 색상

532. สีเขียว 초록색

533. สีเทา 회색

534. สีเหลือง 노란색

535. สีแดง 빨간색

536. สีขาว 흰색

537. สีชมพู 분홍색

538. สีดำ 검정색

539. สี่ทุ่ม 밤 10시

540. สีน้ำเงิน 남색

541. สีน้ำตาล 갈색

542. สีฟ้า 하늘색

543. สีม่วง 보라색

544. สีส้ม 주황색

545. สุขภาพ 건강

546. สูง 키가 크다

547. สูท 양복

548. เสร็จ 끝내다

549. เสาร์อาทิตย์ 주말

550. เสื้อ 옷

551. เสื้อสีดำ 검정 옷

552. แสน 십만

553. ใส่ 입다

554. หก 육

555. หกโมง(เช้า) 아침 6시

556. หกโมง(เย็น) 오후 6시

557. หนังชีวิต 드라마 영화

558. หนังตลก 코미디 영화, 희극

559. หนังบู๊/หนังแอ็คชัน 액션 영화

560. หนังผี 귀신 영화
561. หนังรัก/หนังโรแมนติก 로맨틱 영화
562. หนังสงคราม 전쟁 영화
563. หนังสือ 책
564. หนังสือพิมพ์ 신문
565. หน้า 얼굴, 앞, 다음
566. หนาว 춥다
567. หนึ่ง 일
568. หนึ่งทุ่ม 저녁 7시
569. หนู 저(1인칭, 여성용)
570. หมวก 모자
571. หมอ 의사
572. หมอกจัด 안개가 끼다
573. หมา 강아지, 개
574. หมื่น 만
575. หรอก 전혀~지 않다
576. หรือ 그래?
577. หรือ 또는
578. หลัง (접속사)~(으)ㄴ 후에
579. หลัง (집) 채
580. หลัง 등
581. หลัง/ข้างหลัง 뒤쪽
582. หลานชาย 손자/ 남자 조카
583. หลานสาว 손녀/ 여자 조카
584. หวาน 달다
585. ห่อ 봉지
586. ห้อง 방
587. ห้องเรียน 교실
588. ห้องน้ำ 화장실
589. ห้องสมุด 도서관
590. หอพัก 기숙사
591. หัก 부러지다
592. หัว 머리
593. หัวเข่า 무릎
594. หัวใจ 심장
595. หัวไหล่ 어깨
596. ห้า 오
597. หา 찾다, 찾아보다
598. ห้าโมง(เย็น) 오후 5시
599. ห้างสรรพสินค้า 백화점
600. ห้าทุ่ม 밤 11시
601. หาย 낫다/ 회복하다
602. หิมะ 눈
603. หิมะตก 눈이 내리다
604. หิว 배고프다
605. หู 귀
606. เหนื่อย 피곤하다
607. เหมือนกัน 똑같다/ 마찬가지다

608. เหรอ 그래?
609. แหวน 반지
610. โห 아이고, 저런(감탄사)
611. ใหญ่ 크다
612. ใหม่ 새로운, 새로
613. ไหน 어느/ 어디(의문사)
614. ไหม ~아/ 어요?(의문사)
615. ไหว (으)ㄹ 수 있다
616. อก 가슴
617. องุ่น 포도
618. อยาก ~고 싶다
619. อยู่ 있다
620. อร่อย 맛있다
621. ออกกำลังกาย 운동하다
622. อะไร 무엇(의문사)
623. อัน 것, 개
624. อ้า 개구하다/ 입을 벌리다
625. อา 아빠 손아래(고모, 삼촌)
626. อาการ 증상
627. อากาศ 날씨
628. อาจารย์ 교수님
629. อาทิตย์ 주
630. อ่าน 읽다
631. อ่านหนังสือ 책을 읽다, 공부하다
632. อาบน้ำ 샤워를 하다
633. อายุ 나이
634. อาหาร 음식
635. อาหารเกาหลี 한국 음식
636. อาหารเจ 채식
637. อาหารไทย 태국 음식
638. อาหารจีน 중국 음식
639. อาหารญี่ปุ่น 일본 음식
640. อาหารนอกบ้าน 외식
641. อาหารฝรั่ง 서양 음식
642. อาหารว่าง 간식
643. อาหารอิสลาม 이슬람 음식
644. อุ่น 따뜻하다
645. เอว 허리
646. แอปเปิล 사과
647. ไอ 기침하다

태국어 표준 교재 A1 워크북

초판 인쇄	2019년 11월 20일
초판 발행	2019년 11월 27일

지은이	한국외국어대학교 태국어과

발행인	김인철
총괄 · 기획	가정준 Director, University Knowledge Press
편집장	신선호 Executive Knowledge Contents Creator
기획 · 물류	이현진 Planning Expert
사전 · 도서편집	정준희 Contents Creator
전자책 · 도서편집	장혜린 Contents Creator
도서편집	이병철 Contents Creator
	이근영 Contents Creator
재무관리	하누리 Managing Creator
발행처	한국외국어대학교 지식출판콘텐츠원
	02450 서울특별시 동대문구 이문로 107
	전화 02)2173-2493~7
	팩스 02)2173-3363
	홈페이지 http://press.hufs.ac.kr
	전자우편 press@hufs.ac.kr
	출판등록 제6-6호(1969. 4. 30)
디자인 · 편집	(주)이환디앤비 02)2254-4301
인쇄 · 제본	(주)케이프린텍 053)313-3673

ISBN 979-11-5901-815-2 14730 정가 27,000원
ISBN 979-11-5901-660-8 (세트)

*잘못된 책은 교환하여 드립니다.

HU:iNE.은 한국외국어대학교 지식출판콘텐츠원의 어학도서, 사회과학도서, 지역학 도서 Sub Brand이다. 한국외대의 영문명인 HUFS, 현명한 국제전문가 양성(International +Intelligent)의 의미를 담고 있으며, 휴인(携引)의 뜻인 '이끌다, 끌고 나가다'라는 의미처럼 출판계를 이끄는 리더로서, 혁신의 이미지를 담고 있다.